Ndoomu Buur Si

Foog naa dafa làngaamu ci picc yuy roñu ngir mën a rëcc.

ANTOINE DE SAINT-EXUPÉRY

Ndoomu Buur Si

Ak nataali bindkat bi

Ñi ko tekki ci wolof:
El Hadji Dièye & Maximilien Guérin

Jëwriñu liggéey bi:
Nicolas Quint

Edition Tintenfaß

Ñi nu jàppale ci waajtaayu tekkib téere bii di "Ndoomu buur si" ci wolof ak ci génne bi:
Alain-Christian Bassène, Amadou Diallo, Joseph Jean François Nunez

Ñi nu jàppale ci xaalis:
Fondation Jean-Marc Probst pour le Petit Prince,
Institut de la Francophonie pour l'éducation et la formation (IFEF),
Ministère de l'Enseignement supérieur, de la Recherche et de l'Innovation du Sénégal (MESRI),
Organisation internationale de la Francophonie (OIF).

IFEF Institut de la Francophonie pour l'éducation et la formation
ORGANISATION INTERNATIONALE DE la francophonie
Fondation Jean-Marc Probst pour le Petit Prince
RÉPUBLIQUE DU SÉNÉGAL
Un Peuple · Un But · Une Foi

Avec le soutien de l'Organisation internationale de la Francophonie
à travers l'Institut de la Francophonie pour l'éducation et la formation.

69239 Neckarsteinach (Allemagne)
www.editiontintenfass.de
info@editiontintenfass.de

Ñi saytu rañsale kàddu yi ci xët yi: τ-leχιs · O. Lange, Heidelberg
Ñi móol téere bi: Appel & Klinger, Schneckenlohe

Druckprodukt mit finanziellem Klimabeitrag
ClimatePartner.com/11641-2402-1002

Printed in Germany

ISBN 978-3-946190-67-7

JAGLEEL KO LÉON WERTH.

Maa ngi jéggalu xale yi li ma jagleel téere bi mag, waaye am naa lay wu wér: nit kooku moo gën ci sama xarit yi. Am naa weneen lay it: mën na nànd lépp rawatina téerey xale. Amaat naa ñetteelu lay: nit kookoo ngi dëkk Faraas, fi mu xiife, mare fi. Soxla na ku ko dëfal. Su fekkee ne lay yooyu yépp doyul, maa ngi jagleel téere bi xale ba woon démb, mag mi tey. Mag moo gis xale la woon (waaye ñu bari dañu koy fàtte). Maa ngi jubbanti kon samag jagleel:

Jagleel ko Léon Werth,
xale ba woon.

I

Ba ma amee juróom-benni at, mës naa gis nataal bu rafet ci ab téere ci mbiru àll bu naat bu tuddoon *Nettali yu dëggu*. Nataal baa ngi doon wonc yeew muy wonn mala. Sotti bu nataal baa ngi nii.

Ñu ngi doon wax ci téere bi ne: "Yeew yi danuy wonn ay mala te duñu leen sàqami. Ginnaaw bi duñu mën a yëngu te dañuy nelaw juróom-benni weer di reesalaale."

Loolu tax na ba may xalaat lu bari ci nettali yiy xew ci àll bi. Ma daldi jël kareyoŋ tàmbalee rëdd sama nataal bu njëkk. Sama nataal bi njëkk, nii la meloon:

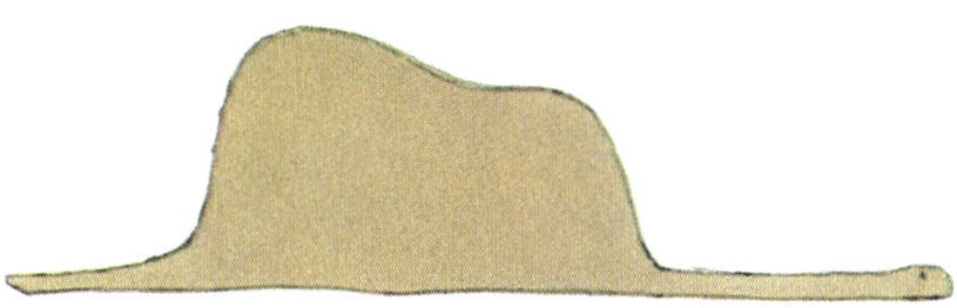

Ma won sama liggéey mag ñi, daldi leen laaj ndax nataal bi tiitalu leen.

Ñu tontu ma: “Lu waral mbaxana di tiitale?”

Du woon nataal buy tegtal mbaxana waaye yeew muy reesal ñay. Ma daldi nataal biiru yeew mi ngir mag ñi gindiku. Mag ñi ñoom fokk nga faramfàcceel leen lépp. Sama ñaareelu nataal, nii la meloon:

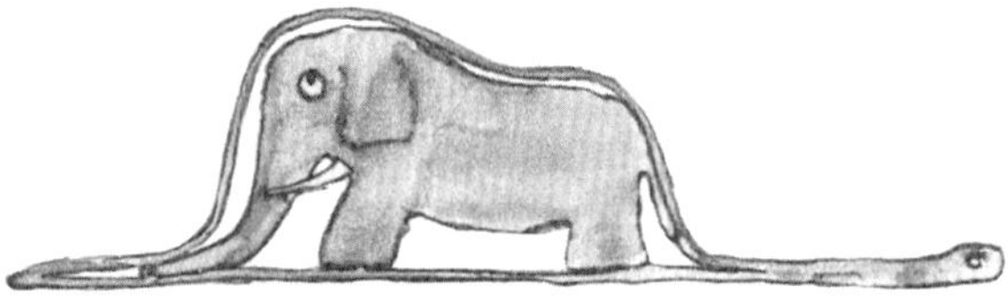

Mag ñi digal ma, ma bàyyi nataal biir ak biti yeew yi te jublu ci xam-xamu jéeri ji, taarix, wañ̃ ak naxu. Noonu laa bàyyee jàngum nataal bi ma tolloo ci juróom-benni at. Li ma lajjoon sama nataal bu njëkk ak ñaareel ba moo tax ba ma xàddi. Mag ñi duñu nànd dara ñoom doŋŋ te dafa sonnle ci xale di leen faramfàcceel mbir yi saa su nekk...

Kon ma war a tànn beneen liggéey, ma daldi jàng dawal ropplaan. Daanaka wër naa àdduna sépp ak ropplaan. Dëgg la, xam-xamu jéeri ji amal na ma njariñ. Ci gis-gis bu njëkk rekk, mën naa ràññe réewum Siin ak Arisona. Lu am njariñ la lool su fekkee danga réer guddi.

Noonu laa baree ay xame ak nit ñu ñàkk caaxaan ci sama dund gi. Dëkk naa lu bari ak ay mag. Séetlu naa leen bu baax te taxul ma soppi sama xalaat.

Su ma ci daje waan ak kenn ku ma yaakaar ne yewwu na, dama koy won sama nataal bu njëkk bi ma dencoon ba tey. Dama bëggoon a xam ndax ku muus la dëgg-dëgg. Waaye saa su nekk li mu may tontu mooy: “Mbaxana la.” Naka noonu, duma wax ak moom lu jëm ci yeew, àll bu naat mbaa biddéew. Dama doon waxe ak moom fi xelam tollu. Dama doon wax ak moom ci mariyaas, golf, politig ak karawaat. Noonu mag moomu dafa daan bég ci xame ak ku nite...

II

Noonu laa dunde man kepp, daanaka amuma woon kenn ku ma waxal, ba ni ma paan dikkale ci màndiŋu Sahara juróom-benni at ci ginnaaw. Dafa am lu yàqu woon ci sama motoor. Ndegam ànduma woon ak kenn, du mekanise, du àndandoo, maa ngi doon waaj ngir jéem a defar lu jafe man kepp. Dama mel ni ku nekkoon ci diggante dund ak dee ndax tuuti ndox laa yoroon ci diiru juróom-ñetti fan.

Guddi gu njëkk gi ci suuf laa fanaan, lu tolloo ak junniy kilomeetar sama diggante ak dëkk yi. Maa gënoon a wéet ku nekk ci looco ci digg géej-mbàmbulaan. Noonu mënees na jëli sama mbetteel bi ma baat bu keemaane yeewe ci fajar gi. Mu ne:

- Doo ma baal... nga nataalal ma am xar!

- Ãa!

- Nga nataalal ma am xar...

Ma tëb ni ku dënnu tiital, toxoñ bu baax samay gët, xool bu baax, daldi gis as ngóor, ku yéeme, mu may xool, xool yu metti. Li mooy nataal bi gën ci yi ma def ci moom ginnaaw bi. Waaye sama nataal a gën a ñaaw royukaay bi. Du ci sama coobare. Mag ñee ma taxoon a xàddi ci sama njàngum nataal ba ma amee juróom-benni at, jànguma woon lu dul nataal biir ak biti yeew yi.

Maa ngi doon xool ki ma feeñu ak njàqare. Buleen fàtte ne sama diggante ak dëkk yi tollu woon na ci junniy kilomeetar. Sama ngóor si nuruwu ma ku réer, ku sonn lool, ku xiif lool, ku mar lool, ku tiit lool. Nuruwul dara ak xale bu réer ci digg màndiŋ, lu tolloo ak junniy kilomeetar digganteem ak dëkk yi. Bi ma sama kàddu dellusee, ma ne ko:

- Waa... looy def fii?

Mu daldi may waxaat ndànk mel ni mbir mu am maanaa:

- Doo ma baal... nga nataalal ma am xar!

Bu fekkee kéemaan gi dafa jéggi dayo, duñu mën a bañ. Sori dëkk yi lu tolloo ak junniy kilomeetar ba noppi repp terewul ma génne kayit ak xalima ci sama jiba ak lu mu ñàkk yenu maanaa lépp. Waaye ma daldi fàttaliku ne jàngoon naa xam-xamu jéeri ji, taarix, wañ̃ ak naxu, ma ne ngóor si (ak tuuti naqari deret) mënuma nataal. Mu tontu ma ne:

- Amul solo. Nataalal ma am xar.

Ndegam, mësuma nataal am xar, ma daldi koy defaral benn ci ñaari nataal yi ma mën doŋŋ. Biy wone bitim yeew. Am naa mbetteel lool bi ma ngóor si ne:

- Déedéet! Bëgguma nataalu ñay ci biir yeew. Am yeew dafa raglu te aw ñay dafa rey lool. Sama kër dafa xat lool. Am xar laa soxla. Nataalal ma am xar.

Li mooy nataal bi gën ci yi ma def ci moom ginnaaw bi.

Ma daldi rëdd. Mu xool bu baax daldi ne:

- Déet! Mii moom dafa wopp lool. Defa-raatal meneen.

Ma rëdd:

Sama ngóor si muuñ, muuñ gu ànd ak muñ:

- Gis nga... du am xar, am kuuy la ndax dafa am ay béjjén...

Ma daldi jubbanti sama nataal:

Waaye mu daldi koy bañ ni yu njëkk ya:

- Mii dafa màggat lool. Xar muy dund lu yàgg laa bëgg.

Ndegam dama yàkkamti ndax dama waroon a tàmbalee tas sama motoor, ma daldi rëddantu nataal bii:

Ma daldi ne:

- Lii, kees gi la. Xar mi nga bëgg a ngi ci biir.

Waaye ma am mbétteel lool bi ma gise kanamu àttekat bu ndaw bi ficciku:

- Waaw kay nii laa ko bëgge woon! Yaakaaroo ne xar mi dina soxla ñax mu bari?

- Lu tax?

- Ndax sama kër dafa xat lool...

- Dina war a doy ndax as xar laa la jox.

Mu sëgg ci nataal bi:

- Taxu ko tuuti de... Xoolal! Nelaw na sax...

Noonu laa xame ak ndoomu buur si.

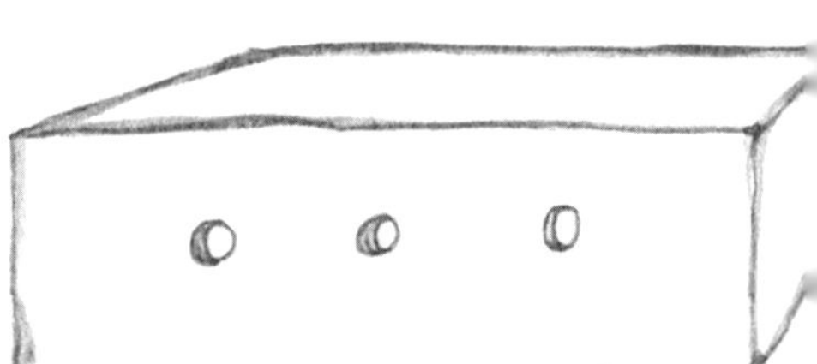

III

Toog naa lu yàgg soog a xam fan la jóge. Ndoomu buur si may laaj lu bari, dafa mel ni moom dégluwul samay laaj. Ay kàddu yu mu sànni noonu rekk ñoo ma xamal lépp. Noonu bi mu séenee sama ropplaan (duma nataal sama ropplaan; nataal bu jafe lay doon ci man) la ma laaj ne:

- Këf kee lu mu?

- Du ak këf. Dafay naaw. Ropplaan la. Sama ropplaan la.

Bég naa ci xamal ko ne damay naaw. Mu daldi xaacu ne:

- Nga ne! Danga daanoo kon ci asamaan si!

Ma ne ko, boole ci wàcce sama bopp:

- Waaw.

- Ahãa! Loolu doy na waar...

Ndoomu buur si daldi ree, ree ju tàng sama xol lool. Bëgg naa ñu faydaal samay jafe-jafe. Mu daldi ci dolli:

- Kon yaw tamit ci asamaan si nga bàyyikoo! Ban palanet nga jóge?

Xalaat daldi may dikkal ci teewaayam ni mu keemaanee ma laaj ko ci saa si:

- Kon beneen palanet nga jóge?

Waaye tontuwuma. Dafa yëngal boppam ndànk di xoolaale sama ropplaan:

- Dëgg la ne ak lii mënoo jóge fu sori...

Mu daldi tàbbi ci gént gu xóot. Ginnaaw bi mu génne ci jibaam samam xar, daldi tàmbalee seetaan ak mbégte moomeelam gu am solo gi.

Ngeen gis li mu ma déy ci "yeneen palanet yi", ni mu ma jaaxale. Ba tax na ma ciy jéem a xam lu bari:

- Fan nga jóge sama ngóor si? Fan la "sa kër"? Fan nga jëme sama xar mi?

Mu tontu ma ginnaaw ba mu xalaatee lu yàgg ne:

- Li am solo mooy, kees gi nga ma jox, dina ci mën a fanaan, mu nekk këram.

- Waawaaw. Soo yaroo, dinaa la jox tamit buum goo ko yewwe bëccëg gi, ak ab gétt.

Waaye xalaat bi dafa mel ni lu nàqari ndoomu buur si:

- Takk ko? Bii xalaat bu ñaaw!

- Waaye soo ko takkul, dafay dem fu nekk te mën na réer.

Sama ngóor si reeyaat:

- Fan nga bëgg mu dem fa?

- Fu nekk. Ci kanamam...

Ndoomu buur si xamal ma dëgg-dëgg ne:

- Amul solo, ndax sama kër dafa xat lool.

Ak tuuti xol bu nàqari mu daldi ci dolli ne:

- Ci kanam, mëneesula sori...

Ndoomu buur si ci asteroyidd B 612

IV

Noonu laa xame ñaareelu mbir mu am solo: palanet ba mu cosaanoo tuuti la ëppe ag kër!

Loolu mënuma jaaxal lool. Xam naa bu baax ne su weesoo palanet yu mag yu mel ni Àdduna si, Sipiteer, Mars, Weniis, yi ñu jox ay tur, am na yeneen yu bari, yu ndaw baa nga xam ne mëneesu leen séen bu baax ak teleskob. Bu ku xam-xamam màcc ci biddéew feeñalee benn ci ñoom, dafa koy tudde ab lim. Maanaam “asteroyidd 3251”.

Am naa ay firnde yu wóor ne palanet bi ndoomu buur si jóge mooy asteroyidd B 612. Asteroyidd boobu, benn yoon rekk la ko ku xam-xamam màcc ci biddéew, ku cosaanoo Tirki, gise ak teleskob ca atum 1909.

Noonu la defe waxtaan wu réy ci li mu feeñal ca ndajem ñi seen xam-xam màcc ci biddéew ci àdduna. Waaye kenn gëmu ko woon ndax colinam. Mag ñi ñoom noonu lañu mel.

Ndokk ba asteroyidd B 612 amee aw tur ndax njiitul Tirki lu bon dafa digtal waa réewam ñuy soloo ni tubaab yi, mbaa mu réy leen. Ki xam-xamam màcc ci biddéew defaat waxtaan wa ca atum 1920, ak colin gu jekk. Bii yoon, ñépp bokk ak moom xalaat.

Su ma leen nettalee mbir yooyu ci asteroyidd B 612 ak di leen wax limam, mag ñee tax. Mag ñi dañu bëgg ay lim. Boo leen di wax xarit bu bees, duñu la laaj mukk lu am solo. Duñu la laaj mukk: “Nan la baatam mel? Yan po la taamu? Ndax dafay dajale ay lëppaa-lëpp?” Waaye dañu lay laaj: “Ñaata at la am? Ñaata mag ak rakk la am? Ñaata kilo la am? Ñaata la baayam di fayyiku?” Ginnaaw bi rekk lay foog ne xam na ko. Soo ne mag ñi: “Gis naa kër gu rafet ak móol yu xonq, ak ay fulóor ci palanteer yi, ak ay pitax ci xadd bi…”, duñu mën a jeneer kër googu. Fokk nga wax leen: “Gis naa kër guy jar ñaar-fukki junni.” Ñu daldi xaacu ne: “Aka rafet!”

Noonu soo leen nee: “Liy firndeel ne ndoomu buur si amoon na fi, moo di dafa rafetoon, dafa daan ree te dafa bëggoon am xar. Boo bëggee am xar mooy nekk nga”, dañuy yëngal seen bopp, jàpp ne dangay gone rekk! Waaye soo leen nee: “Palanet ba mu jóge woon mooy asteroyidd B 612”, dinañu la gëm te duñu la sonnal ak ay laaj. Noonu lañu mel. Waaye doo leen ko jàppe. Gone yi dañu war a muñal mag ñi.

Waaye ñun ñi xam àdduna, sunu yoon nekkul ci lim yi! Bëggoon naa tàmbalee nettali bii ni ay léeb. Bëggoon naa ne:

“Amoon na fi ndoomu buur su dëkkoon palanet boo xam ne tuuti la ko ëppe, te mu soxla woon ab xarit…” Ñi xam àdduna, looloo doon gën a yenu maana.

Ndax bëgguma ñuy jàngantu sama téere bi. Damay am lu ma naqàri su may nettali li may fàttaliku. Ba ma sama ngóor sa dëddoo ak xaram ma tollu na ci juróom-benni at. Bañ koo fàttee tax ma di ko misaal fii. Fàtte sab xarit lu tiis la. Du ñépp a am ab xarit. Mënoon naa mel ni mag ñi nga xam ne ay lim rekk a leen ñor. Looloo tax itam ba ma jënd boyetu kulóor ak ay kareyoŋ. Fi ma tollu nii, metti na lool tàmbaliwaat di nataal, su fekkee ne musoo jéem leneen lu dul nataal biti ak biiru yeew, bi ma amee juróom-benni at. Dëgg la, dinaa jéem a defar ay portale yu gën a nuru ak li may nataal. Waaye wóoruma ne dina ko mën. Su bii baaxee, beneen bi du baax. Dinaay juum tuuti tamit ci dayo bi. Yenn saa yi ndoomu buur si dafay réy lool, yeneen yi mu tuuti lool. Dinaay am xel ñaar tamit ci melo yére yi. May jéemantu sama kéemtalaayu kàttan. Mujj gi, dinaa juum ci mbir yi ëpp solo. Waaye loolu, dingeen ma ko baal. Sama ngóor si daawul faramfàcce dara mukk. Xay-na dafa foogoon ne ñoo yem. Waaye man, mënuma gis ay xar ci biir kees. Xay-na dama mel ni mag ñi. Mën na am dama màggat.

V

Bés bu nekk, daan naa jàng dara ci palanetam bi, demam gi ak tukkeem bi. Ndànk-ndànk la ma xibaar yi di dikke te sax du ci bàyyi xel. Noonu laa xame ci ñetteelu fan bi, musibam guy yi.

Bii yoon tamit xar mee tax ma xam ko ndax ndoomu buur si dafa laaj ne kuy sikki-sàkka:

- Xanaa du xar yi garab yu ndaw lañuy lekk?

- Waaw, dëgg la kay.

- Ahãa! Bég naa ci!

Xamuma woon lu tax xar yi di lekk garab yu ndaw yi am solo. Waaye ndoomu buur si yokk ci ne:

- Kon dañuy lekk tamit guy yi?

Ma xamal ko ne guy yi duñu ay garab yu ndaw, waaye garab yu mag lañu, yu tollu ni jàngu yi, te su yóbbaale woon sax géttu ñay, duñu mën a buddi genn guy.

Misaalum géttu ñay yi dafa reeloo ndoomu buur si:

- Fokk ñu tegle leen...

Waaye mu seetlu ak xel mu rafet ne:

- Guy yi laata ñuy màgg, lu ndaw lañuy doon.

- Dëgg la! Waaye lu tax nga bëgg sa xar yi di lekk guy yu ndaw yi?

Mu tontu ma ne: “Yaw tamit!”, mel ni lu ne fàŋŋ la. Te laajoon na ma xalaat ci lu xóot soog a nànd mbir mi.

Palanetu ndoomu buur si dafa am ñax mu baax ak mu baaxul ni ko yeneen palanet yi ame. Naka noonu jiwu wu baax mooy joxe ñax mu baax, te jiwu wu baaxul mooy joxe ñax mu baaxul. Waaye mëneesula gis jiwu wi. Dañuy nelaw ci biir suuf si ba mu neex leen rekk, wenn ci ñoom yewwu; noonu mu fuddatu. Car su rafet te ñàkk loraange daldi jebbi, ànd ak kersa, wuti asamaan. Su fekkee carub radi la walla bu roos, mënees na koo bàyyi mu jebbi nu mu ko neexe. Waaye su fekkee gàncax gu baaxul la, dees koy buddi ci saa si, bu ñu ko xàmmee. Te amoon na jiwu wu lëjle ca palanetu ndoomu buur si... moo doon gif yi. Dañu bari woon ca palanet ba. Te ag guy, soo bàyyee ba mu déj, kenn dootu ko mën a déjjati. Dafay xatal palanet bépp. Reenam dañuy bënn palanet bi. Te su fekkee palanet bi dafa tuuti lool, guy yi bari lool, dañu koy tojate.

Ndoomu buur si dafa ma waxoon ne: "Mbir mi dañu koo war a tàmm. Bu ñu sangoo suba gi ba noppi, dañu war a sang palanet bi bu baax. Dañu war a faral di buddi guy yi, bu ñu leen ràññee ak garabu roos yi ñu nurool lool, bu ñu dee ndaw. Liggéey bu soof la, waaye yomb lool."

Benn bés, mu digal ma ma góor-góorlu ba defar nataal bu baax te rafet, ngir suñu goney palanet mën di ko fàttaliku bu baax. Ne woon na ma: "Bés bu ñu tukkee, dina leen amal njariñ. Yenn saa yi, daq li nga war a def ba beneen yoon, du wàññi dara. Waaye su fekkee guy yi la, musiba lay jur. Xamoon naa nit ku tàyyeel ku dëkkoon ci ab palanet; dafa sàggane woon ñetti garab yu ndaw..."

Ci ndigalu ndoomu buur si laa daldi nataal palanet booba. Musuma bëgg a doon kuy yeete. Waaye musibam guy yi xameesu ko bu baax, te musiba yi mën a dal ki réer ci ab asteroyidd kenn xamul nu mu tollu, ba tax na bi yoon mënuma bañ a wax. Ba tax na, ma ne: “Gone yi! Moytuleen guy yi!” Sonn naa lool ci nataal bii ngir dànkaafu sama xarit yi ci musiba mi leen di yoot bu yàgg ba tey, te xamuñu ko, ba ci man mii. Waaye jàngale mi ma ci jublu woon jar na ko. Xam naa yeen a ngi naan: Lu tax téere bi amul yeneen nataal yu gën a yànj nataalu guy yi? Tontu li jafewul: Jéem naa waaye antuwul. Bi ma doon nataal guy yi, mbir mi dafa jampoon.

Guy yi

VI

Ahãa! ndoomu buur si, noonu xam naa ndànk-ndànk sa dund gu tiis gi. Neexaayu jant buy so rekk a doon sa wéttal bu yàgg ba tey. Loolu lu bees la ci man, maa ngi ko xam ñeenteelu fan bi ci suba, bi nga ma ne:

- Jant buy so neex na ma lool. Nañu dem seetaan sowu jant bi...

- Waaye fokk ñu xaar...

- Xaar lan?

- Xaar ba jant biy so.

Danga am mbetteel bu njëkk, ginnaaw bi nga ree sa bopp. Daldi ne ma:

- Dama mel ni ku nekk sama kër!

Dëgg la. Bu diggu-bëccëg jotee Amerig, ñépp xam na ne jant so na ca Faraas. Su ñu mënoon a dem Faraas ci saa si, dinañu mën a fekke sowu jant bi. Waaye Faraas dafa sori lool. Wànte ci sa palanet bu tuuti bi, doo def lu dul andale sa siis bi as lëf; jàkkarloo ak timis gi saa yu la neexee...

- Am na bés, gis naa jant bi di so ñeen fukki yoon ak ñeent!

Ginnaaw bi mu dolli ci ne:

- Xam nga... bu sa xol neexul, dangay bëgg sowu jant yi...

- Kon bés ba nga gisee jant bi ñeen-fukki yoon ak ñeent, sa xol dafa nàqari woon lool?

Waaye ndoomu buur si tontuwul.

VII

Ca juróomeelu bés ba laa xame ndéey lii ma leen di waaj a wax, ci dundu ndoomu buur si, lépp ak xar mi ba tey. Mu jékki-jékki bett ma laaj, laaj bu mel ni lu soqikoo ci jafe-jafe bu mu togg lu yàgg ci am xelam:

- Xar su fekkee dafay lekk garab yu ndaw yi, dina lekk tamit tóor-tóor?

- Xar lu mu gis lekk.

- Ba ci tóor-tóor yi am ay dég?

- Waawaaw. Ba ci tóor-tóor yi am ay dég.

- Kon, dég yi luy seen njariñ?

Xamuma ko woon. Dama jàppoon lool ndax wiis bu dëgër lool bu ma doon wekki ci sama motoor. Jaxle woon naa lool ndax paan bi dafa ma tàmbali woon na nuru lu ñàng, te ndoxu naan mi doon jeex yokk ma ñaaw-njort.

- Dég yi luy seen njariñ?

Ndoomu buur si bu jàppee ab laaj, du ko bàyyi mukk. Wiis bi dafa ma sonaloon ba ma tontu ko lu kenn xamul:

- Dég yi amuñu benn njariñ, coxorteg tóor-tóor yi rekk la!

- Oh!

Mu daldi noppi, ginnaaw bi mu ne ma, ak xol bu jeex:

- Gëmuma li nga wax! Tóor-tóor yi dañu néew doole. Dañu muusul. Dañuy dalal seen xel ni ñu ko mëne. Dañoo foog ne seen dég yee tax ñu raglu...

Tontuwuma dara. Booba maa ngi doon xalaat ne: "Su wiis bi deñul, dinaa ko dàjji ak marto." Ndoomu buur si jaxasewaat sama xel:

- Yaw, danga foog ne tóor-tóor yi...

- Déedéet! Déedéet! Fooguma lenn! Dama tontu lu kenn xamul. Man, mbir yu am maanaa laay toppatoo!

Mu xool ma ni ku waaru.

- Mbir yu am maanaa!

Mu ngi ma doon xool ma yore marto, sama baaraam yi ñuul kukk ak gerees, ma sëgg ci këf ku ñaaw ci moom.

- Dangay wax ni mag!

Xaw naa ci rus. Waaye mu dellu laaj, ak ñàkk yërmande:

- Dangay jaawale lépp... dangay jaxase lépp!

Meroon na lool. Mu ngi doon yëngal bopp, karaw gu mboq gi di naaw:

- Xam naa palanet bu am nit ku xonq coyy. Musul xeeñtu tóor-tóor. Musul xool biddéew. Musul bëgg kenn. Musul def leneen lu dul waññ. Te, ni yaw dafay wax saa su nekk: "Nit ku ñàkk caaxaan laa! Nit ku ñàkk caaxaan laa!" Looloo ko tax a réy. Waaye du nit, mbaarum-mbott la!

- Lan?

- Mbaarum-mbott!

Léegi ndoomu buur si daldi mer bay futt.

- Ay milyoŋi at la ba tóor-tóor yi dale am ay dég ak tey. Ndaxam ay milyoŋi at la ba xar yi dale lekk tóor-tóor ak tey. Ndax lan jeem a xam lu tax tóor-tóor yi di defar dég yu ñàkk njariñ, amul maanaa? Xareb xar yi ak tóor-tóor yi, amul solo? Ndax loolu gënul a am solo ak maanaa waññu ponkal mu xonq? Waa man, su ma xamee benn tóor-tóor rekk ci àdduna, bu amul fenn, fu dul ci sama palanet, te am xar mu ko mën a neenal ci saa si, noonu, benn bés, te bàyyiwul xel sax ci li muy def, loolu amul solo!

Kanam gi gën a xonq, mu daldi ne:

- Su kenn bëggee tóor-tóor boo xam ne benn rekk la ci milyoŋi milyoŋi biddéew yi, loolu doy na mbégte bu leen di xool. Mu xalaat ne: “Sama tóor-tóor baa ngi fi, ci béréb...” Waaye su xar mi lekkee

tóor-tóor bi, ci moom dafay mel ni biddéew yépp dañu jékki-jékki fayandoo, waa loolu amul solo!

Mënatu ci tegaat dara. Mu jékki-jékki tàmbalee yikkat. Guddi woon na ba noppi. Tegoon naa samay jumtukaay. Sama yoon nekkatul woon ci marto bi, ci wiis bi, ci mar ak dee. Amoon na, ci ab biddéew, ab palanet, sama bos, Àdduna si, as ndoomu buur su soxla ku ko nax! Ma taf ko ci sama kaw, di ko aayo, di ko ne: "Tóor-tóor bi nga sopp, reppul... Sa xar mi, dinaa ko nataalal ab sunjuñ... Dinaa nataalal sa tóor-tóor bi am mbaar... Dinaa..." Dëgg-dëgg xamuma woon lu may wax. Dama meloon ni ku làmmiñam dàmm. Xamuma nu may def ba àgg ci moom wala fekki ko... Réewum rangooñ dafa keemaane!

VIII

Ci lu gaaw, xame naa lu bari ci tóor-tóor booba. Saa su nekk, dafa daan am ci palanetu ndoomu buur si ay tóor-tóor yu xumbul, yu am benn raŋu xob, yu dul xatale, yu dul làkkal kenn. Suba gi lañuy feeñ ci ñax mi, ngoon si ñu ne kamaj. Waaye booba moom mu ngi jebbee woon, benn bés, ci fepp wu ñu xamul fan la jóge. Ndoomu buur si doon na wattu bu baax car bu ndaw boobu melul ni yeneen car yi. Mën na am weneen xeetu guy la woon. Waaye, garab gu ndaw gi dakkal màggam, tàmbalee genne tóor-tóor. Ndoomu buur si teewe woon njalbeenu njibbital lu mag, njortoon na ne lu keemaane dina ci sosoo. Waaye, tóor-tóor bi di waajal taaram rekk, ci biir néegam bu coy bi. Mu ngi doon farlu ci tànn ay meloom. Mu ngi doon soolu ndànk-ndànk, di defar benn benn ay xobam. Bëggul woon benn ras-ras mbaa mel ni tóor-tóoru katijantaa. Bëggul woon lenn lu dul ak taaram bu yànj bi. Waaw, aka bëgg boppam! Waajam mu umpe mi def na ay bési bés. Ba benn bés, bi jant biy fenk rekk, mu daldi feeñ.

Moom mi farlu woon ci liggéeyam, mu óbbaliwaale ne:

- Ah! Daanaka maa ngi soog a yewwu... Maa ngi leen di jégalu... Sama bopp baa ngi ne sàyy ba tey...

Noonu, ndoomu buur si mënatul a nëbb cofeelam:

- Yaa ka rafet!

Tóor-tóor bi tontu ko ndànk:

- Dëgg la kay. Te man ak jant bi ñoo juddoondoo...

Ndoomu buur si seetlu ne taxu ko woyof lool, waaye ku dawlu yaram la!

Mu daldi ci dolli ne:

- Foog naa ndekki jot na. Nangeen am mbaax gu toolu ni seen xel dem ci man...

Ndoomu buur si xawoon a jaxasoo, dem jëli suuxatukaayug ndox mu sedd, may tóor-tóor bi mu naan.

Noonu mu jaaxal ko lool ak tiitaram bu tax mu xaw a xat xol. Ci misaal, benn bés, mu ngi doon wax ndoomu buur si ci ñeenti dégam yi ne:

- Tene yi mën nañu ñów ak seeni we!

Ndoomu buur si tontu ko ne:

- Sama palanet amul ay tene, te ñoom duñu lekk ñax.

Tóor-tóor bi tontu ko ndànk:

- Man, duma ag ñax.

- Baal ma àq...

- Amul lenn lu may ragal ci tene yi, waaye ngelaw li la gën a bañ. Amuloo sàkket wu ma fegal ngelaw li?

Ndoomu buur si xalaat ne:

"Ragal ngelaw... du wërsëg ci ab tóor-tóor. Tóor-tóor boobu, bu bari benke-ñenke la..."

- Bu ngoonee nanga ma dëpp leget. Sa kër gi dafa sedd lool. Bariwul ay jumtukaay. Fa ma jóge...

Waaye mu daldi dagg waxam. Aw fepp la fi dikke. Xamul woon lenn ci yeneen palanet yi. Mu rus ndax li ñu ko jàpp muy fexe aw fen. Mu daldi sëqët ñaar ba ñetti yoon ngir ndoomu buur si am kersa:

- Sàkket woowu?...

- Maa ngi ko doon jëli, waaye danga doon wax ak man!

Mu yokk sëqët si ngir mu am sax lu muy réccu.

Noonu, ndoomu buur si, ak cofeel lu mu amoon ci moom lépp, tàmbali am sikki-sàkka ci moom. Dafa jàppe woon dëgg ay wax yu amul benn solo, mu daldi am naqar lool.

Benn bés, mu denk ma ne:

- Waruma ko woon a déglu. Wareesul a déglu mukk tóor-tóor yi. Dees leen war a xool ak di leen xeeñtu. Sama bos xeeñaloon na sama palanet, waaye taxul woon ma bànneexu ci. Mbiru we mi ma merloo woon waroon na sedd sama xol...

Mu denkaat ma ne:

- Xamatuma ci dara! Waruma ko woon a àtte ci ay waxam waaye ci ay jëfam. Dafa ma doon xeeñal, di ma leeral. Waruma woon a daw mukk! Dama waroon a jëli lewetaayam bi làqu woon ci ginnaaw naxeem yu ndaw yooyu. Tóor-tóor yi dañu féewaloo lool. Waaye dama doon xale lool moo tax mënuma woon a bëgg.

IX

Foog naa dafa làngaamu ci picc yuy roñu ngir mën a rëcc. Suba gi mu fi jóge, dafa defar bu baax palanetam bi. Mu bomb bu baax biir tundi-safara yiy yënd. Amoon na ñaari tundi-safara yuy yënd. Noppale woon na lool ngir tàngal ndekki suba gi. Amoon na tamit wenn tundu-safara wu fay. Waaye dafa daan wax ne: "Kenn xamul!" Noonu, mu bomb tamit tundu-safara wi fay. Su ñu leen bombee bu baax, tundi-safara yi dañuy jàppoo boy ndànk, te duñu tàkk jëppet. Tàkk-tàkkul tundu-safara dafa mel ni xàndi guy lakk. Waaye ci sunu àdduna si, dañu gàtt ba mënuñoo bomb tundi-safara yi. Looloo tax ba ñu sonal nu lool.

Noonu ndoomu buur si buddiwaale saxayaayu guy yi des, ak tuuti xol bu nàqari. Dafa foogoon ne dootul dellusi mukk. Waaye, liggéey yooyu mu daan def bés bu nekk, lu ko neex lool la woon suba googu. Bi mu suuxatee, bu mujj, tóor-tóor bi, ba di ko waaj a dëpp leget gi, la ko jooy jàpp.

Mu ne tóor-tóor bi:

- Tàggu naa la.

Waaye, tontuwul. Mu waxaat ko:

- Tàggu naa la.

Tóor-tóor bi sëqët, waaye du sojam mee taxoon.

Tóor-tóor bi mujj ne ko:

- Dama wayadi woon. Maa ngi lay jégalu. Fexeel ba bég.

Li ko tóor-tóor bi ŋàññul jaaxal ko. Mu ne yëŋŋ, taawu leget gi. Xamul lu waral lewetaay bu ëpp boobu.

Tóor-tóor bi ne ko:

- Waaye man, dama la bëgg te xamoo ci dara, lépp man a. Loolu amul solo. Danga wayadi woon ni man. Fexeel ba bég... Tegal leget gi. Soxlaatuma ko.

Mu bomb bu baax biir tundi-safara yiy yënd.

- Waaye, ngelaw li nag...

- Taxuma soj lool... Péexum guddi gi baax na ci man. Tóor-tóor laa.

- Waaye, mala yi nag...

- Fokk ma dékku ñaar ba ñetti sax, su ma bëggee gis ay lëppaa-lëpp. Dégg naa ne dañu rafet lool. Bu dul loolu, ku may seetsi? Yaw, dina fekk nga sori. Su fekkee mala yu réy yi la, bul am looy tiit. Am naa ay we.

Noonu, ak xelam mu gàtt, mu wone ñeenti dégam yi. Daldi ci teg ne:

- Bàyyi yeexantu bi, dafa may merloo. Nee nga dangay dem kay. Demal.

Ndax bëggul woon mu gis ko muy jooy. Tóor-tóor bu réy lool la woon...

X

Mu ngi woon ci diiwaanu asteroyidd 325, 326, 327, 328, 329 ak 330. Mu tàmbali leen nemmiku ngir seet lu mu fa liggéey ak jànge fa.

Bu njëkk ba, ab buur a fa dëkk. Buur bi ci gàngune gu xumbul waaye gu am daraja la daan toog, sol manto bu weex, bu gudd, am ndimo lu xonq. Buur bi xaacu bi mu gisee ndoomu buur si:

- Ah! Ab surgaa ngi!

Ndoomu buur si daldi wax ci xelam ne:

- Nu mu ma mën a xamee ndax musuma gis?

Dafa xamul woon ne buur yi dañu yombal seen àdduna. Ñépp ay surga lañu. Buur bi bég lool ci li mu mujj am ku mu yilif. Mu ne ko:

- Jigesil ma xool la bu baax.

Ndoomu buur si di xool fu mu toog, waaye manto bu weex te rafet bi dafa fees dell palanet bi; mu taxaw rekk. Ndegam dafa sonn, mu óbbali. Buur bi ne ko:

- Bokkul ci ay teggin di óbbali ci kanamu buur. Dama la koy tere.

Ndoomu buur si jaxasoo lool, tontu ko ne:

- Mënuma ko bañ a def. Dama jóge fu sori te nelawuma...

Buur bi ne ko:

- Kon, ma digal la ngay óbbali. Ay at a ngi gisuma kenn ku óbbali. Óbbali lu doy waar la ci man. Ayca! Óbbaliwaatal. Ndigal la.

Ndoomu buur si xonq lool ne ko:

- Ñimewuma ko... mënatuma ko...

Buur bi tontu ko ne:

- Hum! Hum! Kon ma... ma digal la yenn saa yi ngay óbbali, yenn saa yi...

Mu kebetu tuuti, mel ni ku ñéññ. Ndax buur bi nanguwul benn yoon ku bëtt kilifteefam. Nanguwul ku ko ñakk a déggal. Buur bu mat buur la woon. Ndegam ku baax lool la woon, dafa daan digle lu yenu maanaa. Dafa daan faral di wax naan:

- Su ma digalee soldaar mu soppiku piccum géej, te jëfewu ko, du ci moom, ci man la.

Ndoomu buur si am kersa, daldi laaj:

- Ndax mën naa toog?

Buur bi xëcc, ak xëccin wu am daraja, wenn lafu mantoom bu weex bi, daldi ko tontu:

- Digal naa la nga toog.

Waaye ndoomu buur si jaaxle. Palanet bi dafa tuuti lool. Lan la buur bi yilif? Mu ne ko:

- Sang bi… Nga baal ma ma laaj la…

Buur bi gaawantu ne ko:

- Digal naa la nga laaj ma.

- Sang bi… lan nga yilif?

Buur bi tontu ko ak woyofaay:

- Lépp.

- Lépp?

Buur bi won ko ak joxoñ bu teey palanetam, yeneen palanet yi ak biddéew yi. Ndoomu buur si ne ko:

- Lii lépp?

Mu tontu ko:

- Lii lépp…

Ndax buur bu mat buur la woon waaye buur bu matale tamit.

- Biddéew yi tamit, déggal nañu la?

Buur bi ne ko:

- Waawaaw. Dañuy nangu ci saa si. Nanguwuma reewande.

Ndoomu buur si yéemu ci boobu sañ-sañ. Su ko amoon, doon na teewe, waxuma la ñeen-fukki sowu jant, waaye juróom-ñaar-fukk ak ñaar, walla téeméer, walla sax ñaari téeméeri sowu jant ci bés bi, te sax du tax mu andale siisam! Ndegam dafa xawoon a am lu ko naqari ndax li xelam dem ci palanetam ba mu dëddu, mu ñime ñaan njekk buur bi:

- Bëggoon naa gis ab sowu jant… Ñaan naa la ko rekk… Digalal jant bi mu so…

- Su ma digaloon ab soldaar mu naawe tóor-tóor ak tóor-tóor ni ab lëppaa-lëpp, mu fent ab taalif, wala mu soppiku piccum géej, bu soldaar bi jëfewul ndigal li, man wala moom, kan moo newul ci dëgg?

Ndoomu buur si tontu ko, tontu bu amul nàttable:

- Xanaa yaw.

Buur bi teg ci:

- Dëgg la. Ku nekk danga koy sant la mu mën. Kilifteef ci lu xel nangu la aju. Soo digalee sa waa réew ñu sóobu géej, dañuy fippu. Sañ naa digle ñu nangul ma, ndax sama ndigal dafa yenu maanaa.

Ndoomu buur si nga xam ne bu jàppee ab laaj, du ko fàtte mukk, fàttali:

- Waa, sama sowu jant bi nag?

- Sa sowu jant bi dinga ci jot. Dinaa ko digle. Waaye, ci xam-xam bi ma am ci nguur, damay xaar ba matukaay yi daje.

Ndoomu buur si laaj ko:

- Kañ lay doon?

Buur bi seet ci arminaat bi, daldi koy tontu:

- Ãhãa! Booru... booru... ngoon booru juróom ñaari waxtu yu tegal ñeen-fukki simila! Dinga gis ni ñu ma déggale.

Ndoomu buur si óbbali, réccu li mu amul woon sowu jantam bi ci saa si, rax ci dolli dafa xawoon a géey. Mu ne buur bi:

- Damay dem. Amaatuma lenn lu may def fii.

Buur bi bégoon lool ci am ku mu yilif, tontu ko ne:

- Bul dem. Bul dem, dina la def jëwriñ!

- Jëwriñu lan?

- Jëwriñu... jëwriñ ji ñu dénk yoon!

- Waaye amul kenn ku ñuy àtte!

Buur bi ne ko:

- Kenn xamul. Wëraguma samam réew. Dama màggat lool, amuma béréb bu ma def wëtiir, te dox bi dafa may sonal.

Ndoomu buur si sëgg ngir xoolaat geneen wetu palanet bi, daldi ne ko:

- Oh! Gis naa ko ba noppi. Kenn nekku fa tamit...

Buur bi tontu ko:

- Kon nga àtte sa bopp. Looloo gën a jafe. Àtte sa bopp a gën a jafe àtte ñeneen ñi. Soo fexee ba àtte sa bopp bu baax, mooy ku màndu nga.

Ndoomu buur si ne ko:

- Man, mën naa àtte sama bopp fu nekk. Soxlawul ma dëkk fii.

Buur bi ne ko:

- Ãhãa! Foog naa ci sama palanet, am na fi kaña gu màggat. Dinaa koy dégg bu guddee. Dinga mën a àtte kaña gu màggat googu. Yenn saa yi, dinga ko mën àtte, àtteb rey. Noonu ag dundam ñeel sab àtte. Waaye saa su nekk, danga koy baal, ngir sakkanal ko, ndax genn rekk la fi.

Ndoomu buur si tontu ko:

- Man, bëgguma di àtte, àtteb rey, yaakaar naa ne daal, damay dem.

Buur bi ne ko:

- Déedéet.

Waaye ndoomu buur si fabu na ba noppi, bëggul tiisloo buur bi:

- Su sama Sang bi bëggoon ku ko dégal ci saa si, dina ma sant lu yenu maanaa. Doon na ma sant, maanaam, ma dem bala mat simila. Yaakaar naa ne matukaay yi daje nañu...

Ndegam buur bi tontuwu ko dara, ndoomu buur si am sikki-sàkka, ginnaaw bi mu binni, daldi dem...

Buur bi daldi gaawantu ne ko:

- Def naa la ngay sama ndawal réew.

Dafa doon ku am gëdda.

Ci tukkeem bi, ndoomu buur saa ngi wax ci am xelam ne: “mag ñi dañu doy waar.”

XI

Ñaareelu palanet ba tiitarukat moo fa dëkkoon. Ba mu seenee ndoomu buur si, mu daldi koy yuuxu:

- Ah! Ah! Nganug soppee ngoogu!

Ndax tiitarukat yi, ay soppe lañu jàppe ñeneen ñépp.

Ndoomu buur si ne ko:

- Jàmm nga am? Sa mbaxana mi keemaane na de.

Mu tontu ko ne:

- Ngir nuyoo la. Ngir nuyoo la bu ñu may tàccu. Waaye, fii kenn rombu fi.

Ndoomu buur si nàndul dara, ne ko:

- Ãhãa?

Tiitarukat bi xelal ko:

- Tàppal sa benn loxo ci beneen bi.

Ndoomu buur si daldi tàpp benn loxoom ci beneen bi. Tiitarukat bi nuyoo ko summi mbaxanaam tuuti.

Ndoomu buur si wax ci xelam ne:

- Lii moo gën a neex ba ma ganee buur ba.

Mu tàmbaliwaat tàpp benn loxo bi ci beneen bi. Tiitarukat bi tàmbaliwaat koo nuyoo summi mbaxanaam.

Ba mu mattee juróomi simila, ndoomu buur si tàmbale tàyyi ci po mu géey mi. Mu laaj ko:

- Nees di def ba mbaxana mi wadd?

Waaye tiitarukat bi déggu ko. Tiitarukat yi ay tagg rekk lañuy dégg. Mu laaj ndoomu buur si:

- Ndax naw nga ma lool?

- Lan mooy "naw"?

- "Naw" mooy nangu ne maay ki gën a rafet, ki dàqa solu, ki ëpp xaalis, ki gën a muus ci palanet bi.

- Waaye yaw rekk la ci palanet bi!

- Amul solo. Neexal ma nga naw ma!

Ndoomu buur si yékkati ay mbagam tuuti, ne ko:

- Naw naa la, waaye ban njariñ la la loolu amal?

Ndoomu buur si daldi dem yoonam.

Ci tukkeem bi, mu ngi wax ci am xelam ne: "mag ñi dëgg-dëgg dañu doy waar."

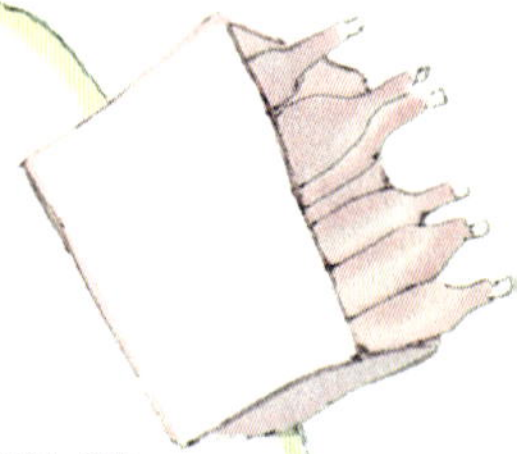

XII

Palanet bi ci topp ab màndikat a fa dëkkoon. Nganam ga dafa gàtt lool waaye xol bu naqari la jural ndoomu buur si.

Mu laaj màndikat bi mu fekk mu toog ne cell, uuf naaxu butéel yu jeex ak butéel yu fees dell:

- Looy def fii?

Màndikat bu sëngéem bi tontu ko:

- Damay naan.

Ndoomu buur si laaj ko:

- Lu tax ngay naan?

Màndikat tontu ko:

- Ngir fàtte.

Ndoomu buur si yërëm ko, laaj ko:

- Ngir fàtte lan?

Màndikat bi sëggal bopp bi, wax ko dëgg gi:

- Ngir fàtte ne dama rus.

Ndoomu buur si yeene koo dimbali, laaj ko:

- Rus lan?

Màndikat bi daaneele:

- Rus a naan!

Mu daldi ne cell. Ndoomu buur si daldi dem yoonam, ànd ak jaaxle.

Ci tukkeem bi, mu ngi wax ci am xelam ne: "mag ñi dëgg-dëgg dañu doy waar lool."

XIII

Ñeenteelu palanet bi ab jaaykat a ko moomoon. Nit kooku dafa jàppoon ba siggiwul sax xool ndoomu buur si bi mu agsee.

Ndoomu buur si ne ko:

- Jàmm nga am? Sa sigaret bi fay na.

- Ñett ak ñaar muy juróom. Juróom ak juróom-ñaar muy fukk ak ñaar. Fukk ak ñaar ak ñett muy fukk ak juróom. Jàmm rekk. Fukk ak juróom ak juróom ñaar muy ñaar fukk ak ñaar. Ñaar-fukk ak ñaar ak juróom-benn muy ñaar fukk ak juróom-ñett. Awma jotu taalat ko. Ñaar fukk ak juróom-benn ak juróom muy fanweer ak benn. Uf! Juróomi téeméeri milyoŋ ak benn yu teg juróom-benni téeméeri junni ak ñaar-fukk ak ñaar yu teg juróom-ñaari téeméer ak fanweer ak benn.

- Juróomi téeméeri milyoŋi lan?

- Hãa? Yaa ngi fi ba tey? Juróomi téeméeri milyoŋi... xamatuma sax... dama bari liggéey! Man, amuma caaxaan, duma kafe mbir yu amul solo! Ñaar ak juróom muy juróom ñaar...

Ndoomu buur si nga xam ne bu jàppee ab laaj, du ko mus a bàyyi ci àdduna, bamtuwaat:

- Juróomi téeméeri milyoŋi lan?

Jaaykat bi siggi:

- Juróom-fukki at ba ma dëkkee ci palanet bii ba tey, ñetti yoon rekk lañu ma lëjal. Bu njëkk bi tollu na ci ñaar fukki at ak ñaar, gunóor la woon bu jóge fu kenn xamul. Riiram la ne kurr, ba ma juum ci sama waññ. Ñaareel bi tollu na ci fukki at ak benn, tif ju yëngu la woon. Dama tàggatuwul. Amuma jotu wëndéelu. Man, amuma caaxaan. Ñetteel bi... mu ngi nii! Maa ngi doon wax juróomi téeméeri milyoŋ ak benn...

- Milyoŋi lan?

Jaaykat bi xam ne mënul a xëcc benn yoon:

- Milyoŋi mbir yooyu ñuy seen ci asamaan si yenn saa yi.

- Ay weñ?

- Déedéet, mbir yooyu di xóoy.

- Ay yamb?

- Déedéet. Mbir yu mboq yooyu di xalaatloo ñu yaafuus ñi. Waaye man, amuma caaxaan. Amuma jotu xalaat ni ñooñu.

- Ah! ay biddéew?

- Waaw kay. Ay biddéew.

- Looy doye juróomi téeméeri milyoŋi biddéew ak benn?

- Juróomi téeméeri milyoŋ ak benn yu teg juróom-benni téeméeri junni ak ñaar-fukk ak ñaar yu teg juróom-ñaari téeméer ak fanweer ak benn. Man, amuma caaxaan, dama farlu.

- Looy doye biddéew yooyu?

- Lu ma leen di doye?

- Waaw.

- Dara. Dama leen di moom.

- Danga moom biddéew yi?

- Waaw.

- Waaye mus naa gis buur bu...

- Buur yi moomuñu. Dañuy "yilif". Bokkul dara.

- Moom biddéew yi, lu mu lay jariñ?

- Am alal la may jariñ.

- Am alal, lu mu lay jariñ?

- Jénd yeneen biddéew, su leen kenn gisee.

Ndoomu buur si wax ci xelam ne: "Ki moom, ni sama màndikat ba lay xalaate." Terewul mu laajaat ko beneen laaj:

- Nan lañu mën a moome biddéew yi?

Jaaykat bi ñurumtu, tontu ko:

- Ku leen moom?

- Xamuma ko. Kenn.

- Kon maa leen moom, ndax man la ci sama xel jëkk a dem.

- Loolu doy na?

- Waawaaw. Boo gisee wurus wu kenn moomul, yaa ko moom. Boo gisee dun bu kenn moomul, yaa ko moom. Boo njëkkee am ab xalaat, danga koy aarlu ak kayitu seede: yaa ko moom. Ndegam kenn musul a xalaata moom biddéew yi lu dul man, kon maa leen moom.

Ndoomu buur si ne ko:

- Dëgg la kay. Loo leen di doye?

Jaaykat bi ne ko:

- Dama leen di saytu. Dama leen di wañ̈ñ di leen wañ̈ñaat. Yombul. Waaye, ku ñàkk caaxaan laa!

Waaye ndoomu buur si loolu doyu ko ba tey.

- Man, su ma moomee ag kol, mën naa ko laxas sama baat yóbbu. Man, su ma moomee ab tóor-tóor, mën naa ko witt yóbbu. Waaye, mënoo witt biddéew yi!

- Déedéet, waaye mën naa leen a dénkaane bank.

- Loolu mooy lan?

- Loolu mooy damay bind ci aw kayit ñaata biddéew laa am. Ma daldi tëj ak caabi kayit woowu ci tirwaal.

- Mu daldi jeex?

- Doy na sëkk!

Ndoomu buur si xalaat ne: "Reelu na. Xaw na taaru. Waaye daanaka ay caaxaan la."

Xalaat yi ndoomu buur si amoon ci mbir yu amul caaxaan yi wuute woon na ak xalaati mag ñi.

Mu waxaat ne:

- Man, am naa tóor-tóor bu may suuxat bés bu nekk. Am naa ñetti tundi-safara yu may bomb ayubés bu nekk. Ndax damay bomb wi fay tamit. Kenn xamul. Li ma leen moom, am na njariñ ci sama tundi-safara yi, am na njariñ tamit ci sama tóor-tóor bi. Waaye, amaloo njariñ biddéew yi...

Jaaykat bi ubbi gémmiñam, waaye amul lu mu tontu. Ndoomu buur si daldi dem yoonam. Ci tukkeem bi, mu ngi wax ci am xelam ne: "mag ñi dëgg-dëgg dañu weesu doy waar."

XIV

Juróomeelu palanet bi dafa doyoon waar lool. Moo gënoon a tuuti ci yépp. Daanaka làmpu mbedd ak taalkatu làmpu mbedd rekk a fa xajoon. Ndoomu buur si mënul woon xalaat lan la ab làmpu mbedd ak taalkatu làmpu mbedd di jariñ, fenn ci asamaan si, ci ab palanet bu amul genn kër ak kenn nit. Terewul mu wax ci xelam ne:

"Xay-na nit kooku yenuwul maanaa, waaye moo gën a yenoodiku maanaa buur ba, tiitarukat ba, jaaykat ba ak màndikat ba. Aylayéwén, liggéeyam am na maanaa. Bu taalee làmpu mbedd mi, dafay mel ni lu jur ab biddéew wala ab tóor-tóor. Bu fayee làmp mbedd mi, dafay mel ni lu nelawloo tóor-tóor bi wala biddéew bi. Liggéey bu taaru lool la. Dëgg-dëgg lu am njariñ la, ndax dafa taaru."

Bi mu agsee ci palanet bi, dafa nuyu taalkat bi nuyoo bu ànd ak teggin:

- Jàmm nga am? Lu tax nga fay sa làmpu mbedd mi?

Taalkat bi tontu ko:

- Ndigal la. Jàmm nga fanaane?

- Lan mooy ndigal li?

- Mooy ma fay làmpu mbedd mi. Jàmm nga yendoo?

Mu daldi koy taalaat.

- Waa, lu tax nga taalaat ko?

Taalkat bi tontu ko ne:

- Ndigal la.

Ndoomu buur si ne ko:

- Nànduma dara.

Taalkat bi ne:

- Amul dara lu ñuy nànd fii. Ndigal la, ndigal la. Jàmm nga fanaane?

Mu daldi fay làmpu mbedd mi.

Mu daldi fomp jëwam ak muswaar bu am karo yu xonq.

- Liggéey bu jafe lool laay def nii. Yenu woon na maanaa bu njëkk. Dama daan fay suba gi, di taal ngoon gi. Daan naa noppalu li des ci bëccëg gi, di nelaw li des ci guddi gi...

- Booba ba tey, ndigal li dafa soppiku?

Taalkat bi ne ko:

- Booba ba tey, ndigal li soppikuwul. Loolu mooy jéyya ji! At mu nekk, palanet bi dafay wëndéelu bu gën a gaaw, te ndigal li soppikuwul!

Ndoomu buur si ne ko:

"Liggéey bu jafe lool laay def nii."

- Léegi nag?

- Léegi amatuma senn saa su may noppalu, ndax simila bu nekk mu wër benn yoon. Dinaa taal, fay benn yoon simila bu nekk!

- Loolu doy na waar! Ci sa palanet bés yi simila lañuy def.

Taalkat bi ne ko:

- Doyul waar dara. Bi nu dalee wax ak léegi tollu na ci weer.

- Weer?

- Waaw. Fanweeri simila. Fanweeri bés! Jàmm nga yendoo?

Mu daldi taalaat làmpu mbedd mi. Ndoomu buur si xool ko, daldi sopp taalkat boobu nga xam ne dafa sàmmoo woon ndigal. Mu fàttaliku sowu jant ya mu daan andale siisam ba, di leen wërali boppam. Mu bëgg a dimbali xaritam bi:

- Xam nga... xam naa pexe mu lay noppal saa yu la neexee...

Taalkat ne ko:

- Loolu laa bëgg saa su nekk.

Ndax, mënees na jëfe ndigal ba noppi tàyyeel.

Ndoomu buur si teg ci ne:

- Sa palanet bi dafa ndaw ba mën nga ko wër ci ñetti jéego. Doo def lu dul dox ndànk ngir nekk ci naaj wi. Boo bëggee noppalu, dangay dox... su ko defee, bés bi dafa yàgg nu mu la neexee.

Taalkat bi ne ko:

- Loolu du ma jariñ lu bari. Li ma bëgg ci sama àdduna mooy nelaw.

Ndoomu buur si ne ko:

- Amoo wërsëg.

Taalkat bi ne ko:

- Amuma wërsëg. Jàmm nga fanaane?

Mu daldi fay làmpu mbedd mi.

Ndoomu buur si wéyal tukkeem, di wax ci xelam ne:

“Kooku, ñeneen ñépp a ko doon jéppi, buur ba, tiitarukat ba, màndikat ba, jaaykat ba. Waaye moom doŋŋ a ma nuruwul ku reetaanlu. Xay-na li muy toppatoo leneen lu dul boppam a tax.”

Mu binni, binnig réccu, daldi ne:

“Kooku rekk laa ci mënoon a def xarit. Waaye palanetam bi dafa ndaw lool. Ñaar xajuñu fa…”

Li ndoomu buur si nanguwul woon a wax mooy, junni ak ñeenti téeméer ak ñeent fukki sowu jant ci ñaar-fukki waxtu ak ñeent la doon réccu ca palanet bu sell booba!

XV

Juróom benneelu palanet bi moo gën a yaatu fukki yoon. Màggat gu doon bind ay téere yu réy a fa dëkkoon. Bi mu séenee ndoomu buur si mu daldi xaacu ne:

- Waaw kay! Ab wërkat a ngi!

Ndoomu buur si toog ci taabal ji, daldi nokki tuuti. Bari woon na lu mu tukki lool! Màggat gi ne ko:

- Fan nga jóge?

Ndoomu buur si ne ko:

- Téere bu réy bi lan la? Lan ngay def fii?

Màggat gi ne ko:

- Gëstukatu jéeri laa.

- Lan mooy gëstukatu jéeri?

- Am kaaŋ la mu xam fan la géej yi, dex yi, dëkk yi, tund yi ak màndiŋ yi nekk.

Ndoomu buur si ne ko:

- Loolu, am na solo lool. Loolu nag, liggéey dëggentaan la!

Mu daldi xool li ko wër ci palanetu gëstukat bi. Musul woon a gis palanet bu amee nii daraja.

- Sa palanet bi rafet na lool. Ndax am na ay géej-mbàmbulaan?

Gëstukat bi ne ko:

- Mënuma koo xam.

- Ah! (Ndoomu buur si am mbetteel) Ay tund nag?

Gëstukat bi ne ko:

- Mënuma ko xam.

- Ay dëkk, ay dex ak ay màndiŋ nag?

Gëstukat bi ne ko:

- Mënuma ko xam tamit.

- Xanaa doo gëstukatu jéeri?

Gëstukat bi ne ko:

- Dëgg la, waaye duma wërkat. Ay wërkat laa ñàkk dëgg-dëgg. Du gëstukatu jéeri ji mooy waññ dëkk yi, dex yi, tund yi, géej yi, géej-mbàmbulaan yi ak màndiŋ yi. Gëstukatu jéeri jotam mayu ko muy wëndéelu. Du jóg biróom. Waaye fa lay dalal wërkat yi. Dafa leen di laaj, su noppee mu bind seeni fàttaliku. Su jàppee ni fàttalikuy kenn ci ñoom nuru na ko lu am solo, gëstukatu jéeri ji dafay càmbarlu njubtel wërkat bi.

- Lu tax loolu?

- Ndax wërkat buy fen dafay indi jëyyë ci téerey xam-xamu jéeri ji. Wërkat buy màndi tamit.

Ndoomu buur si ne ko:

- Lu tax loolu?

- Ndax màndikat yi ñaari gis-gis lañuy am. Ba tax na gëstukatu jéeri ji ñaari tund lay bind, foo xam ne wenn rekk a fa am.

Ndoomu buur si ne ko:

- Xam naa kenn koo xam ne wërkat bu bon lay doon.

- Mën na nekk. Kon bu njubtel wërkat bi wéree, ñu càmbar li mu gis.

- Dañuy dem seeti?

- Déedéet. Loolu dafa jafe lool. Dañuy sant wërkat bi mu indi ay firnde. Ci misaal, su fekkee dafa gis aw tund wu rey, dañu koy sant mu indee ca xeer yu mag.

Gëstukat bi yéemu ci saa si:

- Waaye yaw, fu sori nga jóge! Ab wërkat nga! Nanga ma misaal sa palanet!

Gëstukat bi ubbi téereem bi, sàtt kareyoŋ. Dañuy njëkk a binde kareyoŋ nettaliy wërkat yi; xaar ba wërkat bi indi ay firnde, ñu soog koo binde daa.

Gëstukat bi ne ko:

- Yaw laay xaar.

Ndoomu buur si ne ko:

- Oh! Sama palanet, taxu koo am solo, dafa tuuti lool. Ñetti tundi-safara laa fa am. Ñaar yuy yënd ak wenn wu fay. Waaye kenn xamul.

Gëstukat bi ne ko:

- Kenn xamul kay.

- Am naa fa tamit ab tóor-tóor.

Gëstukat bi ne ko:

- Dunu bind tóor-tóor.

- Lu tax loolu! Ñoo gën a rafet!

- Ndax tóor-tóor yi dañu yàggadi.

- Lan mooy "yàggadi"?

Gëstukat bi ne ko:

- Téerey xam-xamu jéeri ji ñoo gën a am maanaa ci téere yi. Dañu xewwi mukk. Bariwul lu aw tund di tuxu. Bariwul lu géej-mbàmbulaan di ŋacc. Mbir yu nekk ba fàww lañuy bind.

Ndoomu buur si dog ko:

- Waaye tundi-safara yi fay mën nañoo gimmi. Lan mooy "yàggadi"?

Gëstukat bi ne ko:

- Moo xam tundi-safara yi dañu fay wala dañu gimmi, lépp a yem ci nun. Li am solo ci nun mooy tund wi du soppiku.

Ndoomu buur si nga xam ne bu jàppee ab laaj, du ko fàtte mukk, bàntuwaat:

- Waaye, lan mooy "yàggadi"?

- Mooy "loo xam ne balaa yàgg mu raaf".

- Sama tóor-tóor bi kon balaa yàgg mu raaf?

- Waawaaw.

Ndoomu buur si wax ci am xelam ne: "sama tóor-tóor bi dafa yàggadi, amul lu dul ñeenti dég ngir aar boppam ci lépp! Ma bàyyi ko moom doŋŋ ca sama palanet ba!"

Looloo doon réccoom bu njëkk. Waaye, mu dellu dëgëral fitam. Mu laaj ko:

- Loo may digal ma nemmikuji ko?

Gëstukat bi tontu ko:

- Palanetu Àdduna. Palanet bu am aw tur la...

Ndoomu buur si daldi dem yoonam,
di xalaataale tóor-tóoram ba.

XVI

Juróom-ñaareelu palanet bi kon mooy Àdduna.

Àdduna bokkul ak yeneen palanet yi. Am na fi téeméer ak fukk ak benni buur (bu ñu ci boolee buuri Afrig), juróom ñaari junni gëstukati jéeri, juróom-ñeenti téeméeri junniy jaaykat, juróom ñaari milyoŋi màndikat ak genn-wàll, ñetti téeméeri milyoŋi tiitarukat ak fukk ak benn, maanaam lu jige ñaari milyaari mag.

Su ma leen di misaal dayo Àdduna si, dama leen naan laata ñuy sos kuuraŋ bi, wareesoon na fee toppatoo gàngoorum ñeenti téeméeri junni taalkati làmpu mbedd ak juróom-benn fukk ak ñaar ak juróomi téeméer ak fukk ak benn, ci juróom-benni pàcci Àdduna si.

Boo ko dàndee, dafa rafet lool ci ab séen. Yëngu-yëngu gàngoor googa dafa mengoo ba mel ni tuusu mbër. Taalkati làmpu mbedd yu Ostaraali ak yu Seland-gu-Bees ñów jiitu. Ginnaaw ba ñu taalee seeni làmp, ñu dem tëddi. Topp ci, taalkati làmpu mbedd yu réewum Siin ak Siberi. Ñooñu tamit noppi dellu ci làng gi. Ginnaaw bi taalkati làmpu mbedd yu réewum Riisi ak yu réewum End daldi ci topp. Ginnaaw bi yu Afrig ak yu Tugël. Ginnaaw bi yu Bëj-Saalumu Amerig. Ginnaaw bi yu Bëj-Gànnaaru Amerig. Te duñu mus a juum ci ni ñuy dugge ci géew bi. Yéeme woon na lool.

Taalkatu làmpu mbedd bu catul Bëj-Gànnaar ak taalkatu làmpu mbedd bu catul Bëj-Saalum doŋŋ a saxoo woon tayyel ak leeb: ñaari yoon lañu daan liggéey ci at mi.

XVII

Bu ñu bëggee tiitaru, du ñàkk ñu fen ci tuuti. Taxumaa gore lool bi may wax ci taalkati làmpu mbedd yi. Mën na am ma def ci boppu nit ñi xamul sunu palanet xalaat bu amul. Nit ñi feesuñu Àdduna si. Su fekkoon ne ñaari milyaari nit ñi dëkk ci Àdduna dañu taxa woon, xaw a tancalikoo, ni ci am ndaje, dinañu xaj ci am pénc mu gudde fanweeri kilomeetar yaatoo fanweeri kilometaar. Doon nañu mën a saam nit ñépp ci dun bi gën a ndaw géejug Pasifig.

Mag ñi duñu la gëm dëgg-dëgg. Dañu foog ne dañu jël palaas bu bari. Dañu yaakaar ne dañu am dayo ni ay guy. Nanga leen digal ñu xayma ko. Dañu bëgg ay lim: dina leen neex. Waaye bul sonal sa bopp ak woowu sas. Jaru ko. Wóolu nga ma.

Ndoomu buur si jaaxle lool ndax fekku fi kenn bi mu ne cëpp ci Àdduna. Tiitoon na ndax dafa foogoon ne dafa jaawale palanet yi, waaye mu daldi gis jaaro bu mel ni weer wi di yëngu ci suuf si. Ndoomu buur si tëb ne:

- Jàmm nga am?

Jaan ji ne ko:

- Jàmm rekk.

Ndoomu buur si laaj ko:

- Ci ban palanet laa cëppeelu?

Jaan ji tontu ko:

- Ci Àdduna, ci Afrig.

- Ah!... Kon kenn nekkul ci Àdduna?

Jaan ji ne ko:

- Fii, màndiŋ la. Kenn nekkul ci màndiŋ yi. Àdduna si dafa yaatu.

Ndoomu buur si toog ci aw xeer, daldi téen. Mu ne ko:

- Xamuma ndax biddéew yi génn nañu ba kenn ku nekk mën a gis sa bos. Seenal sama palanet. Mu ngi nii tiim ñu... Waaye sori na de!

Jaan ji ne ko:

- Rafet na. Looy defsi fii?

Ndoomu buur si ne ko:

- Dama am ay jafe-jafe ak ab tóor-tóor.

Jaan ji ne ko:

- Ah!

Ñu daldi ne cell.

Ndoomu buur si mujj ne ko:

- Ana nit ñi? Xaw nañoo wéet ci màndiŋ mi...

Jaan ji ne ko:

- Wéet nañu tamit ci biir nit ñi.

Ndoomu buur si xool ko lu yàgg.

Mu mujj ne ko:

- Mala mu doy waar nga, sew ruuc ni baaraam...

Jaan ji ne ko:

- Waaye ma ëpp doole baramub buur.

Ndoomu buur si muuñ:

- Amoo doole lool... amoo sax ay tànk... mënoo sax tukki...

Jaan ji ne ko:

- Mën naa la yóbbu fu gën a sori fa la gaal di yóbbu.

Mu daldi laxasu ci waq wi ni lamu wurus. Mu waxaat ne:

- Ku ma laal, dinaa ko delloo ca boroomam ba mu jóge woon. Waaye danga sell te ca ab biddéew nga jóge...

Ndoomu buur si tontuwul dara.

- Dama la yërëm, yaw mu néew doole mi, ci Àdduna su dëgër sii. Mën naa la dimbali, soo nammee sa palanet ba. Mën naa...

Ndoomu buur si ne ko:

Mu mujj ne ko: "Mala mu doy waar nga, sew ruuj ni baaraam..."

- Oh! Dégg naa la bu baax. Waaye, lu tax ngay cax foo tollu?

Jaan ji ne ko:

- Dama leen di tekki ñoom ñépp.

Ñu daldi ne cell.

XVIII

Ndoomu buur si romb màndiŋ mi, ab tóor-tóor kepp la fa dajeel. Tóor-tóor bu am ñetti xob, tóor-tóor bu tekkiwul dara...

Ndoomu buur si ne ko:

- Jàmm nga am?

Tóor-tóor bi tontu ko:

- Jàmm rekk.

Ndoomu buur si laaj ko ak ay teggin:

- Ana nit ñi?

Tóor-tóor bi musoon a gis am njëgg di romb:

- Nit ñi? Yaakaar naa, am na fi juróom-benn ba juróom-ñaar. Séen naa leen yàgg na. Waaye kenn xamul fu ñu nekk. Ngelaw lee leen di jiital. Amuñu ay reen, looloo leen sonal lool.

Ndoomu buur si ne ko:

- Tàggu naa la.

Tóor-tóor bi ne ko:

- Yàlla nañu Yàlla wonalewaat.

XIX

Ndoomu buur si jàll ci tund wu kawe. Ñetti tundi-safara ya ko yemoon ci ay wóom rekk la mus a xam ci ay tund. Mu jëfandikoo tundu-safara wu fay wi ni ag toogu. Mu daldi xalaat ne: "Ci tund wu kawee nii, dinaa war a séen palanet bépp ak nit ñépp..." Waaye séenul lu dul ay tund yu ne sàyy ni ay ràbb yu ñaw lool.

Mu tëb ne:

- Jàmm nga am?

Baatam bi di awu:

- Jàmm nga am... Jàmm nga am... Jàmm nga am...

Ndoomu buur si ne ko:

- Yaw la kan?

Baatam bi di awu:

- Yaw la kan... Yaw la kan...
Yaw la kan...

Mu ne ko:

- Nangeen doon samay xarit, dama wéet.

Baatam bi di awu:

- Dama wéet... Dama wéet... Dama wéet...

Mu daldi xalaat ne: "Bii palanet a doy waar! Dafa wow koŋŋ, te ñaw lool, te saf sàpp xorom. Rax ci dolli nit ñi ñàkk mébét. Dañuy bàntu li ñu leen wax... Ca sama palanet, amoon naa fa ab tóor-tóor: saa su nekk mooy njëkk a wax..."

XX

Ginnaaw bu ndoomu buur si jaaree ci ay suuf, ay xeer ak ay galaas, mu daldi yem ci aw yoon. Yoon yépp ci ay nit lañu jëm.

Mu ne:

- Jàmm ngeen am?

Tóokër bu bari ay roos la woon. Roos yi ne ko:

- Jàmm rekk.

Ndoomu buur si di leen xool. Ñoom ñépp tóor-tóoram ba lañuy nurool. Mu laaj leen ak mbetteel:

- Yeen la ñan?

Roos yi tontu ko:

- Ay roos lañu.

Ndoomu buur si ne:

- Ah!

Mu daldi am lu ko naqari. Tóor-tóoram ba ne woon na ko ci aw xeetam moom rekk la ci palanet yépp. Gis nga léegi, ci benn tóokër rekk, am na fi juróomi junni yu nuroo!

Palanet bii dafa wow koŋŋ, te ñaw lool, te saf sàpp xorom.

Mu xalaat ne: "Doon na am kersa lool, su gisoon lii... doon na sëqët lu bari, dee-deelu ngir mucc ci gile gàcce. Te kon fokk ma faj-fajlu ko ndax su ma ko deful, sañ na xaru ngir toxoral ma..."

Mu daldi xalaataat ne: "Man rekk a am tóor-tóor bu mel nii ndekete amuma lu dul benn tóor-tóor ci yeneen yépp. Loolu ak ñetti tundi-safara yi yem ci samay wóom, te wenn wi sax xay-na dafa fay ba fàww, taxuma doon dëgg-dëgg doomu buur bu mag..." Mu tëdd ci ñax mi, di jooy.

XXI

Noonu, wel wi ne tëll. Wel wi ne ko:

- Jàmm nga am?

Ndoomu buur si wëlbatiku daldi koy fay ak ay teggin:

- Jàmm rekk.

Waaye gisul dara. Kàllaama gi ne ko:

- Maa ngi ci suufu new gi...
Ndoomu buur si ne ko:
- Yaw la kan? Rafet nga lool...
Wel wi ne ko:
- Wel laa.
Ndoomu buur si ne ko:
- Kaay fo ak man. Dama géey lool...
Wel wi ne ko:
- Mënuma fo ak yaw, ndax kenn tàggatu ma.
Ndoomu buur si ne ko:
- Ah! baal ma.
Waaye ginnaaw bi mu xalaatee mu teg ci ne:
- Lan mooy "tàggat"?
Wel wi ne ko:
- Dëkkoo fi. Looy seet?
Ndoomu buur si ne ko:
- Nit ñi laay seet. Lan mooy "tàggat"?

Wel wi ne ko:

- Nit ñi dañu yore ay fetal di rëbb. Loolu dafa lakkale lool! Dañuy yar ay ginaar tamit. Loolu rekk ay seen njariñ. Ay ginaar ngay wut?

Ndoomu buur si ne ko:

- Déedéet, ay xarit laay wut. Lan mooy "tàggat"?

Wel wi ne ko:

- Loolu lu xaw a xewwi la. Loolu mooy "digaale...".

- Digaale?

Wel wi ne ko:

- Waawaaw. Ci man, ag gone rekk nga, yaw ak téeméeri junni gone yi yeen a yem kepp. Te soxlawuma la. Te yaw tamit, soxlawoo ma. Ci yaw, aw wel rekk laa, man ak téeméeri junni wel yi noo yem kepp. Waaye soo ma tàggatee, dinanu soxlaante. Yaw rekk laay am ci àdduna. Man rekk ngay am ci àdduna...

Ndoomu buur si ne ko:

- Maa ngi soog a xam. Am na ab tóor-tóor... foog naa dafa ma tàggat...

Wel wi ne ko:

- Mën na am. Ci Àdduna si, gis nañu fi lu nekk...

Ndoomu buur si ne ko:

- Oh! Du ci Àdduna si kat.

Wel wi mel ni ku jaaxle lool:

- Ca beneen palanet?

- Waaw.

- Ndax dafa am ay rëbbkat ca booba palanet?

- Déedéet.

- Loolu am na solo! Ay ginaar nag?

- Déedéet.

Wel wi binni:

- Dara matul.

Waaye wel wi delluwaat ci xalaatam ba:

- Sama dund gi dafa géey. Damay rëbb ginaar yi, nit ñi di ma rëbb. Ginaar yépp a yem, nit ñépp a yem tamit. Ba tax na dama xaw a wéet. Waaye soo ma tàggatee, sama dund gi dina gën a naaj. Dinaa xàmme riirum ndëggu mu wuute ak yeneen yépp. Yeneen yi dañu may laxatuloo ci biir suuf. Sa bos dafa may wootale ci samam pax ni am tëgg. Te nag xoolal! Ndax seen nga nale tooli mboq ya? Duma lekk cere. Mboq amalu ma njariñ. Tooli mboq yi du ma fàttali dara. Te loolu lu tiis la! Waaye karaw gu mboq nga am. Kon dina neex lool boo ma tàggatee! Mboq mi nuru ak sa karaw gi dina tax ma lay fàttaliku. Te riirum ngelaw li ci biir tooli mboq yi dina ma neex...

Wel wi ne cell, di xool ndoomu buur si ba mu yàgg, mu ne ko:

- Ngir Yàlla... tàggat ma!

Ndoomu buur si tontu ko:

- Bëgg naa ko, waaye amuma jot. Am naa ay xarit yu ma war a xameel, ak lu bari lu ma war a xam.

Wel wi ne ko:

- Mëneesula xam lu dul mbir yi ñu tàggat. Nit ñi amatuñu jotu xam dara. Dañuy jënd mbir yu sotti ba noppi ci jaaykat yi. Waaye, ndegam amul ñuy jaay ay xarit, nit ñi amatuñu ay xarit. Soo bëggee ab xarit, tàggat ma!

Ndoomu buur si ne ko:

- Lan laay def?

Wel wi tontu ko:

- Dangay bañ a yàkkamti lool. Dangay toog nale ci ñax mi, xaw ma sori tuuti. Dinaa la xeelu, waaye doo wax dara. Wax mooy indi réeroo. Waaye, bés bu nekk, dinga mën a gën a jigesi...

Ca ëllëg sa, ndoomu buur si dellusiwaat.

Wel wi ne ko:

- Dellusiwaat waxtu wa nga ñówoon démb, moo gën. Ci misaal, su fekkee danga ñów ñeenti waxtu ci ngoon, ca ñetti waxtu laay tàmbale bég. Lu waxtu wi gën di sori ma gën di bég. Bu ñeenti waxtu di jot, dina fekk ma ràkkaju, ma jaaxle: dinaa xam mbégte lan moo koy fay. Waaye soo ñówee saa su la neexee, duma xam mukk ban waxtu laay solal sama xol... Fokk ay xarbaax am.

Ndoomu buur si ne ko:

- Lan mooy xarbaax?

Wel wi ne ko:

- Loolu tamit lu xaw a xewwi la. Looloo waral bés du nuroo ak yeneen yi, waxtu du nuroo ak yeneen yi. Ci misaal, samay rëbbkat am nañu ay xarbaax. Alxames dañuy fecc ak janqi dëkk bi. Noonu alxames bés bu neex lool la! Damay doxantu ba ca tooli ñàmbi ya. Su rëbbkat yi doon fecc saa su leen neexee, bés yépp ay nuroo, te kon duma mus a bër.

“Ci misaal, su fekkee danga ñów ñeenti waxtu ci ngoon,
ca ñetti waxtu laay tàmbale bég.”

Noonu ndoomu buur si tàggat wel wi. Bi taggatoo jigesee, wel wi ne ko:

- Ah!... Dinaa jooy.

Ndoomu buur si ne ko:

- Yaa ko def, musuma bëgg lu la naqari, waaye yaa bëggoon ma tàggat la...

Wel wi ne ko:

- Waawaaw.

Ndoomu buur si ne ko:

- Waaye dinga jooy!

Wel wi ne ko:

- Waawaaw.

- Kon kay jariñu la dara!

Wel wi ne ko:

- Jariñ na ma, ndax melokaanu mboq mi.

Mu daldi ci teg ne:

- Demal seetiwaat roos ya. Dinga xam ne sa bos benn la ci àdduna. Dinga dellusi tàggu ma, ma neexale la benn ndéey.

Ndoomu buur si seetiwaat roos yi. Mu ne leen:

- Nuroowuleen dara ak sama roos ba, doonaguleen dara. Kenn tàggatuleen, te yeen tamit tàggatuleen kenn. Yeen a ngi mel ni sama wel wa. Wel wu mel ni yeneen téeméeri junni wel yi kepp la woon. Waaye def naa ko sama xarit, léegi moom rekk la am ci àdduna.

Roos yi daldi am kersa lool.

Mu waxaat leen:

- Rafet ngeen waaye dangeen ne wéyëŋ. Kenn mënul dee ndax yeen. Dëgg la, sama roosu bopp ba, kuy romb dina foog ne moom ak yeen a yem. Waaye moom rekk a leen ëpp solo yeen yépp, ndax moom laa suuxat. Ndax moom laa dëpp leget. Ndax moom laa fege aw sàkket. Ndax moom laa reyal ay sax (ba mu des ñaar wala ñett yuy dooni lëppaa-lëpp). Ndax moom laa déglu muy ñaxtu, wala muy damu, wala sax mu noppi yenn saa yi. Ndax sama roos la.

Mu dellusiwaat ci wel wi. Mu ne ko:

- Tàggu naa la...

Wel wi ne ko:

- Yàlla nañu Yàlla wonalewaat. Lii mooy sama ndéey li. Lu yomb la: xol ay gis dëgg-dëgg, waaye li am solo bët du ko gis.

Ndoomu buur si bantuwaat ko, ngir bañ ko fàtte:

- Li am solo bët du ko gis.

- Waxtu yi nga ñàkk ngir sa roos bee tax mu am solo lool.

Mu tëdd ci ñax mi, di jooy.

Ndoomu buur si ne, ngir bañ ko fàtte:

- Waxtu yi ma ñàkk ngir sama roos...

Wel wi ne ko:

- Nit ñi dañu fàtte dëgg googu, waaye waroo ko fàtte. Yaa war a yilif li nga tàggat ba fàww. Yaa yilif sa roos ba...

Ndoomu buur si bamtuwaat ko, ngir bañ ko fàtte:

- Maa yilif sama roos ba...

XXII

Ndoomu buur si ne ko:

- Jàmm nga am?

Juuyeer bi ne ko:

- Jàmm rekk naam.

Ndoomu buur si ne ko:

- Looy def fii?

Juuyeer bi ne ko:

- Damay teqantal tukkikat yi, di leen def ay ëmbi junni. Damay yónni saxaar yi leen di roñ, yenn saa yi ndijoor, yenn saa yi càmmoñ.

Saxaar gu gaaw te leer, di bëmb ni dënnu gi, yëngal mbaaru juuyeer bi.

Ndoomu buur si ne ko:

- Aka ñoo yàkkamti. Lu ñuy seet?

Juuyeer bi ne ko:

- Ki ci boppu saxaar gi ci boppam xamu ko.

Ñaareelu saxaar gu gaaw te leer daldi bëmb, jëm geneen wet gi.

Ndoomu buur si laaj:
- Dañu weññiku xaat?...
Juuyeer bi ne ko:
- Bokkuñu. Ab juuyoo la.
- Ndax dañu bégul fa ñu nekkoon?
Juuyeer bi ne ko:
- Kenn bégul fa nga nekk.
Ñetteelu saxaar gu gaaw te leer daldi bëmb.
Ndoomu buur si laaj:
- Ndax dañuy topp tukkikat yu njëkk ya?

Juuyeer bi ne ko:

- Toppuñu lenn. Dañuy nelaw ci biir, wala ñuy óbbali. Gone yi rekk ay dóor seen bakkan ci palanteer yi.

Ndoomu buur si ne ko:

- Gone yi rekk a xam li ñuy seet. Doomu sagar dafa am solo lool, ndax dafa leen di xañ jot, ba su ñu ko nangoo ci ñoom, ñuy jooy...

Juuyeer bi ne ko:

- Dañu am wërsëg.

XXIII

Ndoomu buur si ne ko:

- Jàmm nga am?

Jula bi ne ko:

- Jàmm rekk.

Ku doon jaay la ay doom yu gënatee baax, doom yuy faj mar. Soo naanee benn ci ayubés bi, dootoo mar a naan.

Ndoomu buur si ne ko:

- Lu tax ngay jaay lii?

Jula bi ne ko:

- Ag yaxanal jot la gu réy. Boroom xam-xam yi def nañu ci ay wañ. Dinañu yaxanal juróom fukki simila ak ñett ci ayubés bi.

- Lan lañu mën a def ci juróom-fukki simila ak ñett yooyu?

- Mën nañu ci def li leen neex...

Ndoomu buur si xalaat ne:

"Man, su ma amoon jotu juróom-fukki simila ak ñett, dina dox ndànk jëm ci ab robine..."

XXIV

Sama paan bi ci màndiŋ mi am na léegi juróom-ñetti fan, te maa ngi doon déglu nettali ndoomu buur si, di naanaale toq yi ma dese woon ci ndox. Ma ne ndoomu buur si:

- Ah! sa fàttaliku yi neex nañu, waaye defaraguma sama ropplaan bi ba tey, amatuma dara lu ma naan, te doon naa bég, man tamit, su ma mënoon a dox ndànk jëm ci ab robine!

Mu ne ma:

- Wel, sama xarit ba...

- Sama ngóor si, doonatul wel wa!

- Lu tax?

- Ndax mar dinañu rey...

Waaye déggul fa may xalaate, mu daldi ma tontu:

- Am benn xarit baax na, su fekkee sax dañuy faatu. Man, bég naa lool ci li ma amoon xaritu wel.

Ma xalaat ne:

"Njortul dañu repp. Musul xiif, musul mar. Tuuti naaj doy na ko..."

Waaye mu xool ma, mu tontu ci sama xalaat:

- Dama mar tamit... nanu seet ab teen...

Ma def jëfinu ku tàyyi: tandale di seet ab teen ci màndiŋ mu yaatu lool yenuwul maanaa. Waaye nu daldi jog dem.

Nu ne cell di dox ba mu am ay waxtu, mu guddi, biddéew yi daldi tàmbale leer. Maa ngi leen doon seen ni ci gént ndax li ma maroon a tax sama yaram xaw a tàng. Waxi ndoomu buur saa ngi doon fecc ci sama xel mi.

Ma laaj ko:

- Kon yaw tamit, danga mar?

Waaye tontuwul ci sama laaj. Dafa ma ne rekk:

- Ndox mën na baax tamit ci xol...

Nànduma li mu ma tontu, waaye ma ne cell... Xamoon naa bu baax ne kenn waru ko woon na laaj.

Dafa sonnoon. Mu daldi toog. Ma toog ci wetam. Mu ne cell ba mu yàgg, mu newaat:

- Biddéew yaa ngi rafet ndax ab tóor-tóor bu kenn gisul...

Ma ne ko "waaw", dellu ne cell di xool ras-rasu suuf si, ci ceeñeeru weer wi.

Mu teg ci ne:

- Màndiŋ mi dafa rafet...

Te muy dëgg. Dama mus a bëgg màndiŋ. Dangay toog ci jalu suuf. Doo gis dara. Doo dégg dara. Waaye, am na lu ni tekk di leer...

Ndoomu buur si ne ko:

- Li gën a rafetal màndiŋ mi mooy ab teen a ngi ci làqu fenn...

Ma jékki-jékki nànd leeraayu suuf gu bari kumpa gi ma daldi bett. Ba ma nekkee xale, dama dëkkoon ca kër gu màggat, te dañu daan nettali ne dafa am alal ju fa làqatu. Naka-jekk, kenn musu ko gis, wala sax seet ko. Waaye moo doon bégle ci kër googu. Sama kër gi dafa ëmboon kumpa ci biir xolam...

Ma ne ndoomu buur si:

- Waaw, moo xam kër gi la, wala biddéew yi, wala màndiŋ mi, li leen di taaral deesu ko gis...

Mu ne:

- Bég naa ci li nga bokk xalaat ak sama wel wa.

Mu reetaan, làmb goj bi, wëndeel póli bi.

Ndegam ndoomu buur si dafa yàndoor, ma daldi koy lewwu, daldi teguwaat ci yoon wi. Sama yaram daw. Dama mel ni ku yoroon lu am solo te dëgëradi. Fooguma sax ne am na lu ko gën a dëgëradi ci Àdduna si. Maa ngi doon xool, ci leerug weer wi, jë bu xoyyi boobu, gët yu tëju yooyu, karaw googu doon foyi-foyi, ma daldi xalaat ne: "Li may gis nii aw àkk rekk la. Li ëpp solo mëneesu koo gis..."

Ndegam tuñam yi teppaliku nañu, mu xaw a muuñ, ma daldi xalaataat ne: "Li daawloo sama yaram ci ndoomu buur sii di nelaw, mooy kóllëreem ak ab tóor-tóor, mooy nataalu roos buy leer ci biiram ni tàkk-tàkkul làmp, buy nelaw sax..." Ma njort ne gënati na dëgëradi. Dañu war a gën a aar làmp yi: as ngelaw mën na leena fay...

Noonu may dox ba yem ci teen bi, bi jant bi di fenk.

XXV

Ndoomu buur si ne:

- Nit ñi, dañu naan dagaj ci saxaar yu gaaw yi, waaye dootuñu xam li ñuy seet. Bu ko defee, ñuy tés-tési, di wëndeelu...

Mu daldi ci teg ne:

- Jaru ko...

Teen ba nu yemoon, nuroowul ak teeni Sahara yi. Teeni Sahara yi ay pax yu ñu gas ci suuf si doŋŋ lañu. Bii, teenub dëkk lay nurool. Waaye fii benn dëkk amu fi woon, mu mel ni dama doon gént.

Mu ne ndoomu buur si:

- Lu doy waar la, lépp mat na: póli bi, baag bi ak goj bi...

Mu reetaan, làmb goj bi, wëndeel póli bi.

Poli bi daldi sab ni ag xandal gu màggat, bu ngelaw li nelawee lu yàgg.

Ndoomu buur si ne:

- Yaa ngi dégg, nu ngi yee teen bii, mu daldi woy...

Bëgguma woon mu sonn. Ma ne ko:

- Bàyyil ak man, dafa diis ci yaw.

Ndànk ndànk ma jukki baag bi ba ci pind bi. Ma dej ko ci. Woyu poli bi baa ngi doon riir ci samay nopp, maa ngi doon gis tamit jant bi di yëngu ci biir ndox mi doon yëngu ba tey.

Ndoomu buur si ne:

- Dama mar a naan ci ndox mii, may ma ma naan...

Ma daldi nànd la mu doon seet!

Ma yékkati baag bi ba mu tolloo ak ay tuñam. Mu gëmm di naan. Neexoon na ba mel ni xewu jàmm. Ndox moomu ëppoon na aw ñam rekk. Mu ngi sosoo ci dox bi ci leerug biddéew yi, ci woyu póli bi, ci sama coonoy loxo. Baaxoon na ci xol bi ni ab neexal. Ba ma dee gone, leeraayu garabu Nowel, misigu meesu xaaju guddi, neexaayu ree ji ñoo daan leeral neexalu Nowel ba ma daan jot.

Ndoomu buur si ne:

- Ci sa palanet, nit ñi dañuy bay juróomi junni roos ci benn tóokër... te duñu ci gis li ñuy seet...

Ma tontu ko:

- Duñu ko gis...

- Ndekete li ñuy seet mën nañu koo fekk ci benn roos rekk wala ci tuuti ndox...

Ma tontu ko:

- Dëgg la kay.

Ndoomu buur si daldi ci teg ne:

- Waaye gët yi dañoo gumba. Dañoo war a seete xol.

Naanoon naa. Maa ngi doon noyyi bu baax. Bu jant bi di fenk, suuf si dafay yor melow lem. Bégoon naa tamit ci melow lem woowu. Lan moo waroon a tax ma am xol bu naqari...

Ndoomu buur si toogaat ci sama wet, wax ma ndànk:

- Danga war a def li nga ma dig.

- Lan laa la dig?

- Xam nga ko... ab sunjuñ ngir samam xar... maa yilif tóor-tóor booba!

Ma genne ci sama jiba nataal yi ma tàmbali woon. Ndoomu buur si seen leen ree, daldi ne:

- Sa guy yi, ay suppome lañuy xaw a nurool...

- Oh!

Man mi doon tiitaroo sama guy yi!

- Sa wel wi... noppam yi... ay béjjén lañuy xaw a nurool... te dañu gudd lool!

Mu daldi reetaanaat.

- Ngóor si, loolu jaaduwul, mënuma woon a nataal lu dul biir yeew ak biti yeew.

Mu ne ko:

- Oh! Dina baax, xale yi xàmme nañu.

Ma daldi rëdd ak kareyoŋ ab sunjuñ. Sama xol naqari bi ma ko ko wonee:

- Danga am ay mébét yu ma xamul...

Waaye tontuwu ma. Mu ne ma:

- Xam nga, sama wàcc ci Àdduna si... ëllëg lay mat at...

Ginnaaw ba mu ne cell lu yàgg, mu daldi newaat:

- Fu jige fii laa wàccoon...

Kanam gi daldi gën a xonq.

Ma delluwaat am naqar wu doy waar te xamuma lu tax. Waaye ab laaj dikkal ma:

- Tandalewoo rekk di doxantu, yaw rekk, lu tolloo ak junniy kilomeetar sa diggante ak dëkk yi, suba ga ma la xamee, booba ak léegi mat na juróom-ñetti fan! Danga doon dellu fa nga wàccoon?

Kanamu ndoomu buur si gën a xonqati.

May sikki-sàkka, daldi ci teg ne:

- Xay-na, li muy mat at moo tax?...

Kanamu ndoomu buur si dellu gën a xonq. Du tontu mukk ci laaj yi, waaye kanam gu gën a xonq du "waaw" lay tekki, am déet?

Ma ne ko:

- Ah! Tiit naa sax...

Waaye mu tontu ma:

- Léegi, danga war a liggéey. Danga war a dellu ca sa masin ba. Maa ngi lay xaar fii. Dellusiwaatal ëllëg ci ngoon...

Waaye sama xel dalul woon. Maa ngi doon fàttaliku wel wa. Su ñu la tàggatee, mën na am nga jooy tuuti...

XXVI

Amoon na ci wetu teen bi, miir bu màggat bu xàppatiku. Ca ëllëg sa ca ngoon, bi ma wàccee laa seen sama ndoomu buur si toog ca kaw, tànk ya di lang. Ma dégg ko muy wax. Mu nga naan:

- Kon fàttalikuwoo ko? Du fii la dëgg-dëgg!

Keneen dafa ko war a tontu ndax dafa ci teg ne:

- Waawaaw! Tey la bés bi, waaye béréb bi du fii...

Ma wey di dox jëm ca miir ba. Gisuma kenn, dégguma kenn ba tey. Waaye ndoomu buur si tegaat ci ne:

- ... Dëgg la kay. Dinga gis fi samay tànk tàmbale ci suuf si. Doo def lu dul xaar ma fa. Dinaa fa dem guddig tey.

Maa ngi dànde woon miir ba ñaar fukki meetar, ba tey seenuma dara.

Ndoomu buur si ne cell lu yàgg, daldi ne:

- Ndax am nga daŋar ju baax? Wóor na la ne doo ma mettital lu yàgg?

Ma daldi taxaw, sama xol naqari, waaye xamuma ba tey li xew.

Mu ne:

- Léegi, demal sa yoon... Dama bëgg a wàcc!

Ma daldi wàcce samay gët ci taatu miir bi, ma daldi tëb! Xeetu jaan ju mboq ju la mën a faat ci diir bu gàtt a nga fa woon. Li may daw lépp, maa ngi dugal sama loxo ci sama jiba ngir génne lawarweer, waaye riir mi ma doon def tax na ba jaan ji ne menteñ ci suuf ni ndoxu robine muy ŋiis. Mu daldi jaar ndànk ci diggante doj yi ànd ak riir mu ndaw mu mel ni mu weñ.

Ma agsi ci miir bi, ca saa sa, ngir awu ndoomu buur su weex si ba mel ni perkaal.

- Lii lu mu doon! Dangay wax léegi ak jaan yi!

Ma dindi kolam gu mboq ga mu daawul tàggool. Tooyal kaabaab yi, may ko mu naan. Léegi nag, ñimeetu ma koo laaj dara. Mu ne ma jàkk di ma xool, jël loxoom yi laxas ci sama baat. Maa ngi doon yëg xolam bi di tëf-tëfi ni picc muy faatu bu ñu ko jamee ak fetal. Mu ne ma:

Mu ne: “Léegi, demal sa yoon… Dama bëgg a wàcc!”

- Bég naa ci li nga gis li ñàkkoon ci sa masin. Dinga mën a ñibbi sa kër...

- Noo ko xame?

Dama ñówoon ngir yëgal ko sax ne matal naa sama liggéey ni ko kenn foogewul!

Tontuwuma dara ci sama laaj, waaye mu teg ci ne:

- Man tamit tey laay ñibbi sama kër...

Ginnaaw bi mu ne ma ak xol bu naqari:

- Moo gën a sori... moo gën a jafe...

Yëg naa ne am na lu doy waar lu xew. Ma taf ko ci sama dënn ni ab xale, waaye mu mel ni kuy suux ci ag kàmb te mënuma def dara ngir téye ko...

Xoolin waa ngi ñàng, gët yi aju:

- Maa ngi ak sa xar mi. Te maa ngi ak kees gi ngir xar mi. Te maa ngi ak sunjuñ bi...

Mu daldi muuñ ak xol bu naqari.

Ma xaar lu yàgg. Ma yëg ne mu ngi gën di tàng:

- Ngóor si, danga tiit...

Dafa tiit kay! Waaye mu ngi ree ndànk:

- Dinaa gën a tiit bu ngoonee...

Sama yaram wi dee ndax li ma yëg ne bëy wees na mbuus. Ma daldi xam ne sama xol mënul nangu ne dootuma dégg ree jooju. Ci man, mu ngi meloon ne ab seyaan ci diggu màndiŋ.

- Ngóor si, bëgg naa déggaat la ngay ree...

Waaye mu ne ma:

- Tey ci guddi lay mat at. Sama biddéew dina feq tiim béréb ba ma daanu woon daaw...

- Ngóor si, mbiru jaan, ndaje ak biddéew yooyu yépp, ndax du gént gu naqari rekk, am déet...

Waaye tontuwul ci sama laaj. Mu ne ma:

- Li am solo, deesu ko gis...

- Dëgg la kay...

- Dafa mel ni tóor-tóor ba. Soo bëggee tóor-tóor bu nekk ci ab biddéew, dafay neex sooy xool asamaan si bu guddee. Biddéew yépp dañuy tóor-tóor.

- Dëgg la kay...

- Dafa mel ni ndox mi. Mi nga ma joxoon ma naan dafa mel ni misig ndax póli ba ak goj ba... yaa ngi koy fàttaliku... neexoon na...

- Dëgg la kay...

- Bu guddee, nanga xool biddéew yi. Sama kër dafa tuuti lool ba duma la mën a won sama bos. Noonoo gën. Sama biddéew, benn ci biddéew yi lay doon ci yaw. Kon biddéew yépp ngay bëgg a xool... Yépp say xarit lañuy doon. Te dinaa la jox ab neexal...

Mu reetaanaat.

- Ah! ngóor si, ngóor si, bëgg naa dégg ree jooju!

- Loolu sax mooy samab neexal... dafay mel ni ndox ma...

- Loo bëgg a wax foofu?

- Nit ñi dañu am ay biddéew yu bokkul. Ci ñiy tukki, biddéew yi ay tegtal lañu. Ci ñeneen ñi, ay xóoyantaay lañu. Ci ñeneen ñi am xam-xam, ay jafe-jafe lañu. Ci sama jaaykat ba, wurus lañu. Waaye biddéew yooyu yépp a ngi ne cell. Yaw, dinga am biddéew yu melul ni yu kenn.

- Loo bëgg a wax foofu?

- Booy xool asamaan si guddi, dafay mel ni biddéew yépp ay reetaan ndax ci benn ci ñoom laa dëkk, ndax ci benn ci ñoom laay reetaane. Yaw, dinga am biddéew yuy reetaan!

Mu daldi reetaanaat.

- Te boo dëfalee sa bopp (nit dafay dëfal boppam saa su nekk), dinga bég ci li nga ma xam. Sama xarit ngay doon saa su nekk. Dinga bëgg a reetaanandoo ak man. Te yenn saa yi dingay ubbi sa palanteer noonu rekk ngir dab sa bànneex... Te sa xarit yi, bu ñu la gise ngay xool asamaan si di reetaan, dinañu jaaxle. Bu booba, nanga leen ne: "Dëgg la, biddéew yi dañu may reetaanloo saa su nekk!" Te dinañu foog ne danga dof. Dinaa la nax, nax yu metti...

Mu daldi reetaanaat.

- Dina mel ni joxuma la ay biddéew waaye ay keseŋ-keseŋ yuy reetaan...

Mu daldi reetaanaat ba yàgg mu ne tekk:

- Bu guddee... ma ne... bul ñów...

- Duma tàggoo ak yaw.

- Dinaa nuru ku am lu koy metti... dinaa xaw a nuru kuy faatu. Noonu la. Bul ñów xool loolu, jaru ko...

- Duma tàggoo ak yaw.

Waaye dafa jaaxle woon.

- Dama la wax loolu... jaan jee tax tamit. Bëgguma mu màtt la... Jaan yi dañu soxor. Mën nañu màtte ngir seen bànneex...

- Duma tàggoo ak yaw.

Waaye, am lu dalal xelam:

- Wànte duñu am daŋar ñaareelu màtt-màtt bi...

Guddi googu, gisuma ko muy dem. Dafa yolliku ndànk. Ba ma ko dabee, mu ngi doon waaxu, waaxu mu dëgër. Dafa ma ne rekk:

- Ah! yaa ngi fi...

Mu daldi jàpp sama loxo. Waaye xelam jaxasoowaat:

- Waroo woon a ñów. Dinga am tiis. Dinaa mel ni ku faatu, waaye du doon dëgg...

Man ma ne cell.

- Xam nga. Dafa sori lool. Mënuma yóbbaale jëmm jile. Dafa diis lool.

Man ma ne cell.

- Waaye dina mel ni àkk wu màggat wu ñu sànni. Àkk yu màggat yi tiisuñu...

Man ma ne cell.

Mu xaw a yoqi. Waaye mu gën a góor-góorlu:

- Xam nga, dina baax. Man tamit dinaa xool biddéew yi. Biddéew yépp, ay teen ak póli yu xumaag lañuy doon. Biddéew yépp dinañu ma may ma naan...

Man ma ne cell.

- Dina neex lool! Dinga am juróomi téeméeri milyoŋi keseŋ-keseŋ, dinaa am juróomi téeméeri milyoŋi teen...

Moom tamit, mu daldi ne cell, ndax dafa doon jooy...

- Fee la. May ma ma def ab jéego man doŋŋ.

Mu daldi toog ndax dafa tiitoon. Mu newaat:

- Xam nga... sama tóor-tóor ba... maa ko yilif! Te dafa néew doole lool! Te dafa muusul dara. Ñeenti dég yu tekkiwul dara la am ngir aar boppam ci lépp...

Man ma daldi toog ndax mënatumaa taxaw. Mu ne:

- Mu ngi noonu... Jeex na tàkk...

Mu xaw a sikki-sàkkawaat, daldi jog, def benn jéego. Man mënuma woon a yëngu.

Amul lu dul ag melax gu mboq ci wetu waqam. Mu ne tekk ab diir. Yuuxuwul. Mu daanu ndànk ni garab di daanoo. Deful sax am riir ndax suuf si.

XXVII

Booba ak léegi mat na dëgg-dëgg juróom-benni at... Musaguma nettali loolu. Sama xarit yi ma fi giseel bég nañu lool bi ñu ma gisee may dund. Sama xol neexul woon waaye maa ngi leen doon wax ne: "Coono bi la..."

Léegi xaw naa giif. Maanaam... du ba mu jeex tàkk. Waaye xam naa xéll ne dellu na ca palanetam ndax, ba jant bay fenk, gisatuma jëmmam ja. Du woon jëmm ju diis lool... Te bu guddee bëgg naa di déglu biddéew yi. Dafa mel ni juróomi téeméeri milyoŋi keseŋ-keseŋ...

Mu daanu ndànk ni garab di daanoo.

Waaye noonu mbir mu doy waar daldi xew. Sunjuñ bi ma nataalal ndoomu buur si, dama ci fàtte dolli seelu der wi! Du ko mus a mën a takkal xar ma. Noonu ma laaj ci samam xel: "Lu xew ca palanetam ba? Mën na am xar ma dafa lekk tóor-tóor ba..."

Yenn saa yi ma xalaat ne: "Déedéet kay! Guddi gu jot, ndoomu buur si dafay dëpp ak leget tóor-tóoram ba, te dafay wattu bu baax xaram ma..." Ma daldi bég. Te biddéew yépp a ngi ree ndànk.

Yenn saa yi ma xalaat ne: "Bés du ñàkk suñu xel génn ci, musiba am! Ag ngoon mën na fàtte leget ga, walla xar ma génn ndànk guddi..." Keseŋ-keseŋ yépp daldi soppaliku ay rangooñ!...

Loolu kumpa gu réy la. Yeen ñi sopp ndoomu buur si tamit, ni man, dara yemul ak, ngeen xam ne, fenn ci àdduna, fu kenn xamul, ndax am xar mu nu xamul, lekk na walla lekkul ab roos...

Xoolleen asamaan si. Ngeen laaj seen bopp: "Ndax xar ma lekk na walla lekkul tóor-tóor ba?" Ngeen gis ni lépp ay soppiku...

Te menn mag du mus a xam ne loolu am na solo lool!

Ci man, foofu mooy béréb bi gën a rafet, bi gën a tiis tamit ci àdduna. Béréb bi benn la ak ba ca xët mi jiitu, waaye dama ko nataal beneen yoon ngir won leen ko bu baax. Ndoomu buur si fii la feeñe ci Àdduna si, fii la réere.

Xoolleen bu baax béréb bii ngir mu wóor leen ne dingeen ko xàmme, bés bu ngeen demee Afrig, ca màndiŋ ma. Te su fekkee jaar ngeen fa, maa ngi leen di ñaan, buleen yàkkamti, xaarleen tuuti ca suufu biddéew ba tembe! Su ab xale ñówee ci yeen, su reetaanee, su amee karaw gu mboq, su fekkee du tontu bu ñu ko laajee, dingeen xam xéll kan la. Kon nangeen laabiir! Buleen ma bàyyi ak xol bu naqari: bindleen ma ngir wax ma ne dellusi na...

1	Malkuno Zcuro	Aramaic
2	Zistwar Ti-Prens	Morisien (Mauritian Creole)
3	Mały princ	Hornjoserbsce (Obersorbisch)
4	Amiro Zcuro	Aramaic (Syrisch)
5	Der glee Prins	Pennsylfaanisch-Deitsch
6	Lisslprinsn	Övdalską
7	Y Tywysog Bach	Cymraeg (Welsh)
8	Njiclu amirārush	Armāneashti
9	Kočnay Shahzada	Pashto (Afghan)
0	Daz prinzelîn	Mittelhochdeutsch
1	The litel prynce	Middle English
2	Am Prionnsa Beag	Gàidhlig (Scottish Gaelic)
3	Li P'tit Prince	Wallon occidental (Charleroi)
4	Mali Kraljič	Na-našu (Molise Slavic)
5	De kleine prins	Drèents (Nedersaksisch)
6	Şazadeo Qıckek	Zazaki
7	Dher luzzilfuristo	Althochdeutsch
8	Die litje Prins	Seelterfräisk (Saterfriesisch)
9	Di latje prins	Mooringer Frasch (Nordfriesisch)
	De letj prens	Fering (Föhrer Friesisch)
	Chan Ajau	Maaya T'aan (Maya Yucateco)
	El' Pétit Prince	Picard
	Be þam lytlan æþelinge	Anglo-Saxon (Old English)
	U principinu	Sicilianu
	Ten Maly Princ	Dolnoserbski (Wendisch)
	El Princhipiko	Ladino (Djudeo-Espanyol)
	Ël Pëtit Prëce	Picard borain
	An Pennsevik Byhan	Kernewek (Cornish)
	Lou Princihoun	Prouvençau (Provençal)
	Ri ch'uti' ajpop	Maya Kaqchikel
	O Prinçipìn	Zeneize (Genovese, Ligure)
	Di litj Prins	Sölring (Sylter Friesisch)
	Al Principén	Pramzàn (Parmigiano)
	Lo Prinçonet	Lemosin (Okzitanisch)
	Al Pränzip Fangén	Bulgnaiś (Bolognesisch)
	El Princip Piscinin	Milanese
	El Principe Picinin	Veneto
	Ke Keiki Aliʻi Liʻiliʻi	ʻŌlelo Hawaiʻi
	Li p'tit prince	Wallon oriental (Liège)
	Li P'tit Prince	Wallon central (d'Namur)
	Prispinhu	Lingua berdiánu (Cap-Vert)
	Lu Principeddhu	Gaddhuresu (Gallurese)
	Te kleene Prins	Hunsrik (Brasil)
	El mouné Duc	Beurguignon (Bourguignon)
	Rey Siñu	Kriyol di Sicor (Kasamansa)
	Tunkalenmaane	Soninke
	•−•• • / •−−••−•••−•−•−••	Morse (Français)
	Lu Principinu	Salentino
	El Principén	Pesarese (Bsarés)
	De kläne Prinz	(Kur-)Pfälzisch
	De kloine Prinz	Badisch (Südfränkisch)
	Der kleine Prinz / Le Petit Prince	Deutsch / Français
	De kläane Prins	Westpfälzisch-Saarländisch
	Èl pètit Prince	Lorrain – Gaumais d'Vîrton
	Der kleyner prints / Le Petit Prince	Yidish / Français
56	Lè Ptyou Prinso	Savoyard
57	Al Principìn	Mantovano
58	Ţɛ́ɛlɛ́ny Ţɔ̀kkwóţɔ̀ny	Koalib (Sudan)
59	Ru Prengeparielle	Molisano (Barese)
60	The Little Prince	English
61	Ol Principì	Bergamasco
62	De Miki Prins / Le Petit Prince	Uropi / Français
63	Książę Szaranek	Dialekt Wielkopolski
64	Da Small Pitot Prince	Hawaiʻi Pidgin
65		Aurebesh (English)
66	Morwakgosi Yo Monnye	Setswana
67	El Little Príncipe	Spanglish
68	Kaniyaan RaajakumaaraH	Sanskrit
69	Er Prinzipito	Andalú
70	Lo Pitit Prinço	Patois Vaudois
71	Li juenes princes	Ancien Français
72	De klaan Prìnz / Le Petit Prince	Stroßbùrjerisch / Français
73	Igikomangoma mu butayu	Kinyarwanda
74	The Wee Prince	Scots
75	 / Le Petit Prince	Ancien égyptien / Français
76	Le Pice Prinz	Ladin (Val Badia)
77	Der klane Prinz	Wienerisch
78	Lo Pti Prins	Welche
79	Da klayna prints	Varsheva idish
80	Ndoomu Buur Si	Wolof
81	Маленький принц / Le Petit Prince	Русский (Russe) / Français
82	De klä Prinz	Hunsrücker Platt
83	Qakkichchu Laaha	Kambaata
84	Le pëthiòt prince	Guénâ (Bresse louhannaise)
85	Deä klenge Prenz	Öcher Platt (Aachen)
86	Il Pìssul Prìncipe	Furlan ocidentàl (Friaul)
87	Mozais prįncs	Latgalīšu volūda (Latgalian)
88	Ař Picin Prinsi	Patois Tendasque
89	De lüttje Prinz	Oostfreesk Platt
90	Ko e Kiʻi Pilinisiʻ	Lea Faka-Tonga' (Tongan)
91	Den lille prins	Synnejysk (Südjütisch)
92	Pytitel Prēs	Kumaniē (Koumanien)
93	Der kleine Prinz	Deutsch (Fraktur)
94	El Principe Niño	Zamboangueño Chabacano
95	Kiči Bijčiek	Karaim
96	ᛒᛖ ᚦᚫᛗ ᛚᚣᛏᛚᚫᚾ ᚫᚦᛖᛚᛁᛝᛖ	Anglo-Saxon Runes
97	Tiprins	Kreol Rodrige (Rodriguan Creole)
98	الأمير الصغير	Arabic (Iraqi Baghdadi dialect)
99	Dr gleene Brinz	Sächsisch
100	الأمير الصغير / The Little Prince	Arabic (Emirati dialect) / English
101	הנסיך הקטן / Le Petit Prince	Hébreu / Français
102	Dr kluane Prinz	Südtirolerisch
103	Lé P'tit Prince	Normand
104	D'r kléïne Prénns	Öüpener (Eupener) Platt
105	Il Piccolo Principe	Italiano
106	The Leeter Tunku	Singlish
107	El Prinzipin	Ladin Anpezan
108	U Prengepene / Il Piccolo Principe	Frentano / Italiano
109	Da kloa Prinz	Bairisch
110	De klaane Prinz	Hessisch

→

111	De Kleine Prinsj	Oilsjters (Aalsters)
112	De Klein Prinz / D'r Kläin Prìnz	N'alemannisch / U'elsässisch
113	De Pety Präingjss	Bolze (Bolz)
114	Dor klaane Prinz	Arzgebirgisch
115	Yn Prince Beg	Gaelg (Manx)
116	Der kleine Prinz	Deutsch (Gengenbach)
117	Le P'tit Princ'	Patouaïe d' Nâv' (Navois)
118	Le Pitit Prince	Patoa de Feurçac (Fursacois)
119	Prinxhëpi i vogël	Arbërisht
120	Dr chlei Prinz	Alemannisch
121	Litli Prinsen	Nynorn
122	Da kluani Prinz	Hianzisch
123	De klee Prinz	Vogelsbergerisch
124	Le P'tit Prince	Drabiaud (Drablésien)
125	애린 왕자	갱상도 (Gyeongsang-do dialect)
126	De Klaane Prins	Gents
127	De Klaaine Prins	Brussels Vloms (Bruxellois)
128	Dai klair prins	Pomerisch / Pomerano (Brasil)
129	Bulu' alà	Bribri (Costa Rica)
130	Le P'tit Prince	Patoué de Crôzint (Crozantais)
131	De lütke Prins	Mönsterländsk Platt
132	Dr Chlii Prinz	Urnerdeutsch (Höchstalemannisch)
133	Elli Amirellu	Mozarabic (Andalutzí)
134	Ogimaans	Ojibwe
135	Пичи принц	Удмурт кыл (Udmurt)
136	Ёзден Жашчыкъ	Къарачай-Малкъар (Balkar)
137	Lë P'ti Prinss'	Patouè dë Gjuson (Éguzonnais)
138	Le P'tit Prince	Patouès de G'nouïa (Genouillacois)
139	De lütte Prinz	Mäkelbörgsch Platt
140	Вишка инязорнэ	Эрзянь кель (Erzya)
141	L Picio Principe	Istrioto valeʃ
142	Le P'tit Prince	Patouaî d'La Châtre
143	Ичӧтик принц	Комиӧн (Komi)
144	Le P'ti Prince	Patouè d'Âlou (Allousien)
145	Dr kleine Prinz	Schwäbisch
146	ЭДИР ХААН ТАЙЖА	Буряад хэлэн (Buryat)
147	Der kleine Prinz	Deutsch
148	Der kleine Prinz op Kölsch	Kölsch
149	Le P'ti Prinsse	Patoi d'No (Nothois)
150	ИЗИ ПРИНЦ	Олыкмарла (Olyk-Mari)
151	Le P'tit Prince	Archignatouès (Archignacois)
152	Di Likl Prins	Limon Kryol (Costa Rica)
153	Te Mali Prïncip	Po näs (Resian)
154	에린 왕자	전라도 (Jeolla-do dialect)
155	Ko Le Gā Tama Sau	Fakafutuna (Futunien)
156	Le P'tit Prince	Patouè daus bounoumes d'Sint-Pièrre
157	Der klaani Prinz	Ungordäitsch
158	Le P'tit Prince	Patoi d'vé Châté (Châtelois)
159	𐍃𐌰 𐌻𐌴𐌹𐍄𐌹𐌻𐌰 𐍆𐍂𐌰𐌿𐌾𐌰	Gutþiudos Tuggo (Gothic)
160	Le P'tit Prince	Patouais d'La Cèle (Cellois)
161	Мāнь хōнкве	Мāньщи лāтӈыл (Mansi)
162	Ёмла оцязорня	Мокшень (Moksha)
163	Le P'ti Prince	Patoué d'Sin-Fron é Valence
164	De lütte Prinz	Hamborger Platt
165	Ponnociwkorkur	Ainu
166	Le Petit Prince	Zentangle (Français)
167	Der kleene Prinz	Berlinisch
168	Маленький Принц / Der kleine Prinz	Українська (Ukrainisch) / Deutsc
169	Маленький Принц / Le Petit Prince	Українська (Ukrainien) / França
170	Le P'chot Prince	Patouê d'Nouz'rines (Nouzerinoi
171	Le P'tit Prince	Térros (Morterolais)
172	Der klaa Prinz	Fränkisch
173	Le P'tsë Prince	Patuai d'Tour (Toullois)
174	Da Peerie Prince	Shaetlan (Shetlandic)
175	Likhosana	siPhuthi
176	Le P'ti Prince	Patoué d'Sinte-Coulombe
177	De glenne Prinz	Mittelhessisch
178	El Principito / Le Petit Prince	Español / Français
179	Маленький Принц / Il Piccolo Principe	Українська (Ucraino) / Italian
180	Пичи принц	Бещерман көл (Beserman)
181	Le P'tit Prince	Patouaî d'Sint-Piantére
182	الأمير الصغير / Le Petit Prince	Arabe classique / Français
183	Le P'tit Prince	Patouaîs d'Lôrdoué (Lourdoueisic
184	Lillhprins'n	Jamska
185	Dr klei Prinz	Kleinwalsertaler Dialekt
186	Le P'ti Prince	Patouè d'Plleuviye (Pleuvillois)
187	Lo Petéc Prèinse	Patouè dè Tsèrmegnôn (Chermign
188	Le Petit Prince	Polyglotte
189	Luk prinske	Grunneger Toal
190	Le Petit Prince	Polyglotte en francophonies
191	Väiku printś	Võro
192	Het klaane prinsie	Amsterdams dialect (op se Moku
193	Le P'tit Prince	Patouaî d'Bastchiein (Sébastienc
194	Y Tywysog Bach / Le Petit Prince	Cymraeg (Welsh) / Français
195	Penikaine princ	Vepsän kel'
196	Eul Pequioz Houerrĕ	Torengiau (Tourangeau)
197	Ageldun Ameẓẓyan	Kabyle (taqbaylit, berbère, tamazi
198	Lou Pitióu Princi	Cucarol (Cuquois, Tarnais)
199	L'P'tit Prince	Patouâs d'Biaune (Beaunois)
200	Der kleine Prinz	In deutschen Mundarten
201	Te Ki'i Tamahau	Faka'uvea (Wallisien)
202	Le P'tit Prince	Patouè d' Sint-L'gi (Saint-Légina
203	الأَمِيرْ الصْغِيرْ	Arabe dialectal algérien
204	Wawa Príncipe	Afroyungueño
205	小王子 / Le Petit Prince	中文 (Chinois) / Français
206	Le Ch'ti Prince	Patoi d'Parcena (Parler de Barbe
207	星の王子さま / Le Petit Prince	日本語 (Japonais) / Français
208	Lë Pitit Prince	Patoi de l'Eiter (Lesterrois)
209	언나 왕자	강원도 (Gangwon-do dialect)
210	De kleine Prins / Le Petit Prince	Nederlands / Français
211	ءاسْبَّنْلْ اَلْحَمِيَدْ	Español Aljamiado
212	Кишкей хан баласы	Ногай (Nogai)